பால்வெளியில் நீந்தும் உடற்படகு

இரா. இராகுலன்

டிஸ்கவரி பப்ளிகேஷன்ஸ்
எண்.9, பிளாட் எண்.1080A, ரோஹிணி பிளாட்ஸ்
முனுசாமி சாலை, கே.கே.நகர் மேற்கு
சென்னை - 600 078. பேச: 99404 46650

வெளியீட்டு எண்: 0388

பால்வெளியில் நீந்தும் உடற்படகு (கவிதை)
ஆசிரியர்: **இரா. இராகுலன்**©

Paalveliyil Neenthum Udalpadagu (Poem)
Author: **R. Ragulan**©
Print in India

1st Edition : October - 2024
ISBN No : 978-81-19541-27-0
Pages: 192
Rs: 230

Publisher • *Sales Rights*

Discovery Publications
No. 9, Plot,1080A, Rohini Flats,
Munusamy Salai,
K.K.Nagar West, Chennai - 78.
Tamilnadu, India.
Mobile: +91 99404 46650

Discovery Book Palace (P) Ltd
No. 1055-B, Munusamy Salai,
K.K.Nagar West,
Chennai-600 078.
Ph: (044) 4855 7525
Mobile: +91 87545 07070

discoverybookpalace@gmail.com / www.discoverybookpalace.com

இந்த நூலில் பிரசுரமாகியுள்ள எந்த ஒரு பகுதியையும் எழுத்துபூர்வமான முன்அனுமதி பெறாமல் எடுத்தாள்வதோ, மறுபிரசுரம் செய்வதோ, மொழியாக்கம் செய்வதோ, ஊடகங்களில் மறுபதிப்புச் செய்வதோ, காப்புரிமைச் சட்டப்படி தடை செய்யப்பட்டுள்ளது. இந்த நூலிலிருந்து சில பகுதிகளை மேற்கோள் காட்டி நூல் அறிமுகம் செய்யலாம்.

உங்கள் மொபைல் போனிலிருந்து ஸ்கேன் செய்து 'டிஸ்கவரி புக் பேலஸ்' மொபைல் ஆப்பை டவுன்லோடு செய்து, புத்தகங்களை வாங்குங்கள்.

நீ
கட்டி வைத்த வீடு
வீட்டில் வாங்கி வைத்த மேசை நாற்காலி
போர்வை காற்றாடி உடைகளென நீளும் பொருட்கள்
நிலத்தில் நட்டு வைத்த வாழை தென்னை
கொய்யா தேக்கு மாமரம்
பருவத்திற்கு நடும் அவரை வெண்டை சுரை பூசணி பாகற்காய்
வாங்கிய வீட்டு மனையென
நீ இருக்கும் இடமறிந்து கொள்கிறேன்
நீ நிலத்தில் நடந்து உழைத்து அமர்ந்து
உறங்கிய பொழுதுகளை நினைக்கையில்
என் மனநிலத்தில் எப்பொழுதும் துளிர்க்கின்றன உன் நிழல்கள்
தாய்க்கு அருகில் படுத்துக்கொண்டு உறங்கும் குழவியென
என் அருகில் நீ படுத்துக்கொள்வதை நினைத்தால்
உன்னைக் குழந்தையாகப் பார்த்துக்கொண்டிருந்திருக்க வேண்டும்
உன்னைப் புரிந்து பார்த்துக்கொள்வதற்குள் வெகுதூரம் சென்று
நான் இவ்வளவு தூரம் வருவதற்கும் இன்றும் வாழ்வதற்கு
ஊற்றுக்கண்ணாய் நின்று உள்ளத்தில் சுரந்து என்னை வழி நடத்தி
தூரம் பல திரிந்து வெற்றுக்கூட்டில்
தேன் சேகரித்து வந்து நிரப்பும் தேனீயாய்
என் வாழ்வை நனவாலும் நினைவாலும் நிரப்பும்
தந்தை **சி. இராஜாமணி**க்கு

தன்னையே இன்னும் இன்னும் எரித்து
வெளிச்சம் தரும்
தாய் **மா. இலட்சுமி**க்கு

நன்றி முகம்

வ. தனலட்சுமி, பா. இரவிக்குமார், சீனு.தமிழ்மணி, தி.கு. இரவிச்சந்திரன், த. பழமலய், ஸ்ரீநேசன், கலாப்ரியா, க. ஜவகர், ய. மணிகண்டன்

மூ. கருணாநிதி, இரா.ஸ்ரீவித்யா, கே. பழனிவேலு, அ. இலட்சுமி தத்தை, க. சந்திரிகா, ச.சுடலைமுத்து, க.பஞ்சாங்கம், சு.ஆ.வெங்கட சுப்புராய நாயகர், இரா.பச்சியப்பன், பாரதிபுத்திரன், ப.வேல்முருகன், பா.குமார்

நறுமுகை ஜெ.இராதாகிருஷ்ணன், செந்தில் பாலா, அ.செந்தில்வேலன், மு.தண்டாயுதபாணி, செஞ்சி தமிழினியன், துரை. திருநாவுக்கரசு, அம்பிகை சு.உதயகுமார், கு.சாக்ரட்டீஸ், அ. பாலச்சந்தர், இல்லோடு சிவா, இயற்கை, வேல.நெடுஞ்செழியன், புதுவைத் தமிழ்நெஞ்சன், க.அம்சப்ரியா, அன்பாதவன், அலைகள் சி.இளங்கோ, நெய்வேலி பாரதிக்குமார், பெ.லெனின், பாவலர் வையவன், நா.முனுசாமி, பி.என்.எஸ். பாண்டியன், ப.பவுன்குமார், புதுவை இளவேனில், சு.இளவரசி, நிதின் திருவரசு, நிதா எழிலரசி, க.இலட்சுமிதேவி, ஜெ.கோதைநாயகி, நி.கானகநாடன், இரா.இராஜவேலு, இரா.சத்தியசீலன், ரொ.லின்சி

இரா.வீரமணி, பி.கிரிமுருகன், மு.உமாசங்கர், ல.பிரபாகரன், ர.சிவக்குமார், ஜெ.ஜெயப்பிரியன், ரா.அழகுராஜ்

மு.வேடியப்பன், கன்னிக்கோவில் இராஜா

தளம்/காற்றுவெளி/கொலுசு/சொல்வனம்/கூதிர்/அகழ் கணையாழி / உதிரிகள் / திணைகள் / நடுகல் / பேசும் புதிய சக்தி / இலக்கிய வெளி / வெட்சி / குறிஞ்சி வட்டம் / நறுநிழல் நறுமுகை

மௌனங்களைப் பேசவைக்கும் மனதின் மொழி

"ஒருபொழுதும் வாழ்வது அறியார் கருதுப
கோடியும் அல்ல பல"   குறள். 337

வாழ்வது என்றால் என்ன? இருப்பிற்கும் வாழ்விற்கும் உள்ள வேறுபாடு என்ன? உண்மையான பொருளில் நாம் இருக்கிறோமா? வாழ்கிறோமா? அன்புதான் வாழ்க்கையின் பொருளை நிறைக்கிறது என்றால், ஓர் ஆழமான அர்த்தத்தில் நாம் அனைவரிடமும் அன்பாக இருக்கிறோமா? அது சாத்தியம்தானா? அதுவும் விழுமியங்கள் அற்றுப் போன இந்தக் காலகட்டத்தில், சுயநலம் ஒன்றே வாழ்க்கைமுறையாகிப் போன ஓர் அவலச் சூழலில் எந்த அளவு அன்பு சாத்தியம்? காலம் கேள்விகளையும் கேட்கிறது. மகத்தான படைப்பாளிகளை உருவாக்குவதன்மூலம் பதில்களையும் தந்தவண்ணம் இருக்கிறது. இதை எழுதிக் கொண்டிருக்கும் இத்தருணத்தில் மனக்கண்களின் முன் 'அன்பிற்கும் உண்டோ அடைக்கும் தாழ்?' என வினவிய வள்ளுவர், 'சும்மா இரு' என்று தத்துவம் சொன்ன தாயுமானவர், 'அன்பைக் கனவாகத் தரிசித்த' பாரதி... ஏன்... அன்பிற்காகத் தவித்த, ஏங்கிய ஆத்மாநாம்... என அனைவருமே வந்து செல்கின்றனர்.

சமுதாயத்தின் வேர்வரை விசாரணை செய்த மார்க்ஸ், அம்பேத்கர், பெரியார் யாவருமே அன்பு மயமானவர்கள்தாம். ஆனால், மரணம் எல்லோருடைய உடல்களையும் ஒன்றுமில்லாமல் ஆக்கி இலக்கியங்கள் அல்லது தத்துவங்கள்வழி நிலைபெறுகின்றவர்கள் சிலர் மட்டும்தாம்.

அந்தச் சிலர் கூட ஒரே வகையாகச் சிந்திப்பதில்லை. ஒவ்வொரு காலகட்டத்திலும் தாங்கள் கனவு கண்ட வாழ்க்கையை, முரண்பாடுகளுடன், வாழ்ந்த வாழ்க்கையை எழுதிச் சென்று விட்டனர். வரலாறு முழுவதும் வாழ்க்கை அழகான அபத்தமான பெரும் புதிராய்ப் புன்னகைத்துக் கொண்டே இருக்கிறது.

இந்த வாழ்க்கைக்கும் அதன் புதிர்களுக்கும் தன்னை ஒப்புக் கொடுத்தவர் கவிஞர் இராகுலன். உண்மையான கவிஞர்களுக்கு இந்த அடை தேவையில்லை. இராகுலன் - இந்தப் பெயர் போதும். அவருடைய வாழ்நாள் முழுமைக்கும் இந்தத் தொகுப்பு போதும். மனதின் ஆயிரம் கதவுகளையும் திறந்து வாழ்க்கையின் கைகளுக்கு எந்த நிர்பந்தமும் இல்லாமல் ஒப்புக் கொடுக்கும் ஒரு கலைஞனுக்கே இப்படிப்பட்ட தொகுப்பு சாத்தியம்.

இந்த நிமிடம்வரை, இந்த அணிந்துரையை என்னால் எழுத இயலவில்லை. என் மனம் கொண்டு அல்லது நம் அனைவரின் மனங்களைக் கொண்டு தன் விரல்களால் கவிதைகளை எழுதிய இராகுலனின் தொகுப்பிற்கான 'அணிந்துரை'யை எழுதுவது எப்படிச் சாத்தியம்? யாருக்குச் சாத்தியம்? இதன் பொருள் இராகுலனின் கவிதைகளில் இந்தக் காலகட்டத்தின் அனைவரது வாழ்க்கையும் சிதறிக் கிடக்கிறது என்பதுதான். இலக்கியத்தில்தான் சமுதாயத்தின் அக உலகம் காணக் கிடைக்கும். நடுத்தர வர்க்கத்தினரின் தமிழ் அக உலகை இந்தக் கவிதைகள் வெளிப்படுத்தியுள்ளன. நுட்பமான தமிழ் மனத்தின் ஆழ அகலங்கள், அவலங்கள், ஏக்கங்கள், தனிமைகள், முரண்பாடுகள் யாவும் இராகுலனின் கவிதைகளில் வெளிப்பட்டுள்ளன.

வாழ்க்கையின் பொருளறிவதற்கான தேடலே இராகுலனின் கவிதைகள் எனலாம். உறவுகளுக்கிடையே தோன்றும் முரண்பாடுகள், தவிப்புகள், ஏமாற்றங்கள், காயங்கள் யாவும் இவருடைய கவிதையின் வெளிப்பாடுகள்.

> "வாழ்க்கையை என்னவென்று புரிந்துகொள்வதற்குள்
> அது என்னைக் கடந்துவிடுகிறது
> ஒரு காட்டாற்று வெள்ளமாக
> அடித்துச் செல்லப்பட்டு
> பெரும்பாறையில் மோதி மயக்கமுற்றுக்
> கிடப்பதைப் போல் நகர்கிறது"

இதுதான் வாழ்க்கை குறித்த இராகுலனின் பார்வை. முழுமையான வாழ்க்கையை வாழ முடியாமல் முடமாகிக் கிடப்பதாகத் தன்னை உணரும் இராகுலன்,

"இவ்வாழ்வின் பொருளறிய
இன்னும் ஆயிரமாயிரம் பிறவிகள் வேண்டும்
இன்னும் ஆயிரமாயிரம் புலன்கள் வேண்டும்"

என்று ஏங்குகிறார்.

"என்ன செய்வது
வாழ்க்கையை வாழத் தொடங்கும்முன்னே
வாழ்க்கை முடிந்தேவிடுகிறது"

என்று முடிந்துள்ளது அந்தக் கவிதை. அவலமும் அபத்தமும் நிறைந்த நாடகம்தான் இந்த வாழ்க்கை என்ற ஞானம் கைவரப்பெற்ற கவிஞன் பாக்கியசாலிதான்.

இராகுலனின் கவிதைகளில் ஆத்மாநாம், நகுலன் போன்ற கவிஞர்களின் தாக்கங்கள் உண்டு. 'நான் மட்டுமே இருக்கும் யாருமற்ற உலகு', 'விதி', 'கடலின் ஒரு துளி', 'வழித்துணை', 'நான் மட்டுமே உள்ள வீடு' போன்ற பல கவிதைகளில் இதை உணரமுடிகிறது. விரக்தியின் மடியில் அவ்வப்போது வீழ்ந்து, அன்பின் சுடரில் ஊக்கம் பெற்று எழுவதையும் பல கவிதைகளில் காண முடிகிறது. ஓயாத கேள்விகளாலும் பதில்களாலும் துளைக்கப்பட்டுத் தீராத மௌனங்களால் தன்னை நிரப்பிக் கொள்கிறார்.

"ஆயிரம் ஊர்களைத் தெரிந்து வைத்திருக்க வேண்டும்
ஆயிரம் நினைவுகளை ஏற்படுத்திக்கொள்ள வேண்டும்
ஆயிரம் வாழ்க்கையை வாழ வேண்டும்
ஆயிரம் நூல்களை வாசிக்க வேண்டும்
ஒரு நூறு பெண்களை அறிந்துகொள்ள வேண்டும்
சூம்பிப் போய்க் கிடக்கும் என் வாழ்க்கையில்
எழுந்து நடக்க
இப்போழ்து இந்த முடிவுகள் போதுமானவை"

என்று ஒரு கவிதையில் பேசுகிறார். சூம்பிப் போன வாழ்க்கையை எவ்வாறு வாழ்வது என்பதுதான் இராகுலனின் பிரச்சனை. ஏன்

வாழ்க்கை இவ்வாறு ஆனது என்ற கேள்விகளுக்குள் இராகுலன் செல்லவில்லை.

முதலாளித்துவ உலகில் இவ்வாறு அந்நியமாதல் உணர்வுகளுக்குள் ஆளாவது நடுத்தர வர்க்கத்தைச் சார்ந்த இராகுலன் போன்ற கவிஞர்களுக்கு இயல்பானதுதான். ஆனால், எந்த உணர்வுகளை உணர்ந்தாரோ அவற்றை உண்மையாகவும் எளிமையாகவும் எழுதியதில்தான் அவர் கவிதைகளின் சிறப்பு இருப்பதாகக் கருதுகிறேன்.

உயிரின் கதறலாக, தனிமையின் தவிப்புகளாக, ஆன்மாவின் மூச்சுத் திணறலாக... இவையெல்லாம் வெறும் வார்த்தைகள் என்ற போதும், இப்படித்தான் இராகுலனின் கவிதைகளை உணரமுடிகிறது. தன்னைப் பற்றியும், தன்னைச் சுற்றி இருப்பவர்கள் பற்றியும்தான் இராகுலன் ஓயாது சிந்தித்துக் கவிதை படைத்துள்ளார். ஆனால், அனைத்தையும் வாழ்க்கை குறித்த அமைதியான தேடலாக மாற்றிய விதத்தில், தனித்த கவிஞராகத் தெரிகிறார். மனதின் மொழியே கவிதைகளாக வெளிப்படுவது அபூர்வம். கவிதை என்பது மனதின் மொழிதான் என்பது, கவிதை குறித்த என் கொள்கை. தன் மனதின் மொழியைக் கண்டுபிடிப்பவனே கவிஞன்.

"தனியாய் இருப்பதே அடையாளம்
தனியாய் இருப்பதே இருப்பு
தனியாய் இருப்பதே நிலையானது
தனியாய் இருப்பதே வாழ்வு"

இவை இராகுலனின், வாழ்க்கை பற்றிய தத்துவார்த்தப் பார்வை.

"வண்ணத்துப் பூச்சியின் நிறங்களிலிருந்து
ஒன்றை எடுத்துப் பூசினாலே
வானவில்லின் ஒரு நிறமாய்
நீண்டு ஒளிர முடியும்"

இது இராகுலனின் மனமொழி. இந்த மனமொழிதான் இராகுலனை முரண்பாடுகளுடன் கூடிய ஆகச் சிறந்த கவிஞனாக்குகிறது.

எந்த உறவுமற்றுத் தனியே இருக்க விரும்பும் இராகுலன், 'என்னை விட்டுவிடுங்கள்' என்றும் 'மனநலக் காப்பகத்தில் சேர்த்துவிடுங்கள்'

என்றும் கெஞ்சுகிறார். இந்த மனநிலைக்கான காரணம் இன்றைய சமூக அமைப்பும் அதன் சீரழிவுகளும் என்று அவருக்குத் தெரியவில்லை அல்லது அவருடைய கவிதைகளில் வெளிப்படவில்லை. ஆனால் மற்றொரு கவிதையில்,

> "மனம் வில்
> சொல் அம்பு
> உடல் அம்பறாத்தூணி
> உயிர் காலம்
> புலன்கள் ஆற்றல்
> உயிர்கள் துணை
> வாழ்க்கை யுத்தம்
> நானோ களத்தில் நிற்கும் வீரன்"

என்கிறார். இந்தக் கம்பீரமும் கலந்தவைதான் இராகுலனின் கவிதைகள்.

இராகுலனின் கவிதைகள் குறித்து அவசரமாகத் தீர்ப்பிடாமலிருப்பது உத்தமம். அறிவின் கண் கொண்டு ஆராயமுற்பட்டால், இந்தக் கவிதைகள் நம் பிடியிலிருந்து விலகிக் கைநழுவிச் சென்றுவிடும்.

> "என்னிடமிருப்பன
> ஓர் உடல்
> ஓர் உயிர்
> ஓர் உலகம்
> கடலென ஒரு மனம்
> இரவு பகலெனும் காலம்
> எல்லாவற்றையும் ஒரு சேரத் திரட்டி
> இறக்கைகள் தயாரித்து
> பால்வெளியெங்கும் நீந்தித் திரியவே
> கல்லென மௌனம் கொண்டு அமர்ந்திருக்கிறேன்"

பாரதி படைத்த விநாயகர் நான்மணிமாலையில் பாரதி யாசிக்கும் மௌனமும் நினைவிற்கு வருகிறது. கல்லென மௌனம் கொண்டு அமர்ந்திருக்கும் இராகுலனுக்கு இருப்பது கடலென ஒரு மனம்.

இவை யாவும் இராகுலனின் தனித்த அனுபவங்களாக மட்டும் இல்லாமல், இன்றைய வாசகர்களின் அனுபவங்களாகவும் மாறி இருக்கின்றன.

ஒவ்வொரு சொல்லையும் தனித்தனியான கண்ணாடிகளாகச் செதுக்கியிருக்கிறார். மனமிருந்தால், அவரவர்கள் தங்களின் முகம் பார்த்துக் கொள்ளலாம்.

இத்தொகுப்பிற்கான அணிந்துரையை எழுத என்னை ஏன் தேர்ந்தெடுத்தார் எனத் தெரியவில்லை.

எதிர்பாராமல் நாம் சந்திக்கும் எத்தனையோ அழகான புதிர்களில் இதுவும் ஒன்று.

என்றும் அன்புடன்

09.02.2024
புதுச்சேரி

முனைவர் பா.இரவிக்குமார்
paa.ravikumar1@gmail.com

தன்னிலிருந்து தன்னை வெளியேற்றிப் பல கோணங்களில் தன்னைத் தரிசிக்கச் செய்வதே சிறந்த கவிதை. 'கவித்தல்' என்பது அகத்தேடல். வார்த்தைகளுக்கு அப்பால் அர்த்தத்தை அடையாளம் காணச் செய்கின்ற ஞான யோகம். இப்படிப்பட்ட கவிதைகளுள் ஒன்றைப் படைத்தாலே கணியன் பூங்குன்றன் ஆகிவிடலாம். சித்தர் மனநிலை இருந்தாலன்றி இந்த யோகம் வாய்க்காது. இராகுலன் கவிதைகள் சிலவற்றில் யோகநெறி தெரிகிறது.

ஓடும் காற்று, மௌனத்தின் கண்கள், உடலுக்குள் குடிபுகுதல், நினைவு மீன்கள், என்னை அறி முதலியவை இராகுலனைக் காட்டும் கண்ணாடிகள்.

இந்தத் தொகுப்பு, நம்மை நாம் பார்த்துக் கொள்ளச் செய்யும் நீர்நிலை. இதன் அலையசைவுகள் பிம்பத்தை நிலையாகக் காட்டாது. காரணம், இது மனத்தின் நீர்மநிலை. நிலையாமையே நிலையானது.

அனைவரிடத்திலும் தன்னியலாக எழுகின்ற வாழ்க்கை பற்றிய விசாரணைகள் இதில் கவிதை அனுபவங்களாகப் பொதிந்துள்ளன. இருப்பினும், எதிர்மறை அதிர்வலைகளே மிகுதி. இதில் தர்க்கம் உள்ளது. உண்பதும் பிறருக்கு என்றாகிவிட்ட இன்றைய சமூக உளவாழ்வில், நேர்மறை எண்ணங்கள் தோன்றக் கூடிய வாய்ப்புகள் குறைந்து வருகின்றன.

சமூகத்துக்கு முன்னூற்று அறுபது பார்வைகள்... அவற்றில் காமாலைக் கண்களே வெகுமிகுதி. இவைதான் மனிதனைப் பிறழ்வாக்குகின்றன. நம்மிடம் தோன்றும் எதிர்மறை எண்ணங்களே நமது வாழ்க்கையின் அதிகார வரம்புகள். அவற்றை மீற முடியாவிட்டாலும் அவற்றிலிருந்து ஒதுங்கி இருக்கலாம் அல்லவா?

இதற்கு இந்தத் தொகுப்பு துணைபுரியும். உங்கள் வாசிப்பின் ஆழம் பொறுத்து உங்களுள் விடுதலை உணர்வு ஏற்படும் என்பது உறுதி. அனைவரிடத்திலும் கவிதை மனம் கொஞ்சமாவது இருக்கும். அதற்குக் கொஞ்சம் உயிர்க் கொடுத்தால் கவிப்புடன் வாழலாம்.

10.05.2024
புதுச்சேரி

முனைவர் தி.கு. இரவிச்சந்திரன்
tkravichandranphd@gmail.com

புரிதல்களில் விரியும் உலகம்

எனக்கு என்னென்ன புரிந்திருக்கின்றன என்பதை எழுத்து வழி எழுதிக்கொணர்கிறேன். உலகை, வாழ்க்கையை, மனிதர்களை, இயற்கையை, உயிரினங்களை எவ்வளவு தூரம் புரிந்துகொண்டிருக்கிறேன் என்பதை எழுதி எழுதிப் பார்க்கின்றேன். உணர்த்த முயல்கின்றேன். என் புரிதல்களும் எதிரில் இருப்பவர்களின் புரிதல்களும் எந்தெந்தப் புள்ளிகளில் இருக்கின்றன என்பதை அறிந்து புரிதல்களை ஒரு புள்ளிக்குள் கொண்டு வர இவ்வாழ்க்கையை வாழ்ந்துகொண்டே எழுதிப் பார்க்கிறேன்.

எத்தனை எத்தனையோ மனிதர்கள் எத்தனை எத்தனையோ வாழ்க்கையை வாழ்ந்த இம்மண்ணில் நானும் இன்று ஒரு வாழ்க்கையை வாழ்ந்துகொண்டிருக்கின்றேன். அந்த வாழ்க்கை என்னென்னவாக இருந்திருக்கின்றன என்பதை அறியவும் அறிவிக்கவும் ஒவ்வொரு நாளும் உயிரோடிருக்க வேண்டியிருக்கிறது. முடிந்தவரை எனக்குப் புறமும் அகமுமாக இருப்பனவற்றைப் பற்றிக்கொண்டு கண்டு, தெளிந்து, அவற்றை அறியவும் அடையவும் கைவிடவும் செய்கிறேன்.

அருகிலிருப்பவர்களின் துணையால் வாழ்க்கையின் பாதைகள் நீண்டு குறுகிப் பெருகுகின்றன. சொந்த விருப்பு வெறுப்புகளின் வழி ஒவ்வொரு அடியையும் முன்னோக்கியும் பின்னோக்கியும் வைக்கின்றேன். ஒரு குழந்தையின் கிறுக்கல்களில்

வளைந்தும் நீண்டும் நெளிந்தும் உள்ள கோடுகளைப்போல் வாழ்க்கை போகிறது. குழந்தை பேச முயற்சிப்பதைப்போல் என் குரல் தயங்கித் தயங்கிக் காலம் தாழ்ந்து பொறுமையாக இவ்வுலகில் ஒலித்து என்னதான் கேட்கிறது என்று பார்க்க வேண்டும்.

மனிதர்களோடு மனிதர்கள் ஒவ்வொருவரும் மேலும் மேலும் கைக்கோர்த்து இன்னும் இன்னும் முன்னேற அவர்கள் ஒருவருக்கொருவர் இன்னும் இன்னும் நிறைய நிறையப் பேச வேண்டியுள்ளது, எழுத வேண்டியள்ளது. அதனால் நான் இன்னும் பேசுகிறேன், எழுதுகிறேன். நீங்களும் பேச, எழுத ஆவலோடு காத்திருக்கிறேன்.

மெய்யன்புடனும் நன்றிகளுடனும்

இரா. இராகுலன்
9585600235
rlragulan@gmail.com

12.08.2024
மேல்மலையனூர்

உள்வெளி

காற்றின் கால்தடம் - 17 / உடற்சுவரை உடைத்தல் - 18 / விதையின் நிழல் - 19 கனவுகளின் கரையை அடைதல் - 20 / அறுவை சிகிச்சை - 21 / நிற்க அல்லது செல்ல - 22 / வழியெங்கும் தனியாகவே செல்லல் - 23 / தூரம் செல்லுதலின் இன்பம் - 24 / மனச்சாலையில் நடந்து திரிதல் - 25 / உடற்சிறை - 26 / மாயை - 27 / யுத்தம் இனிது - 28 / கண்விழித்து அளாவுதல் - 29 / காலத்தை நீராக உறிஞ்சி வளரும் அன்பின் மரம் - 30 / குழப்பங்களின் இசை - 31 / வயதுக்கு வருதல் - 32 / உடைந்த அன்பின் சில்லுகள் - 33 / குட்டை மீன் - 34 / அன்பின் அடியும் முடியும் - 35 / யுவதியிடமிருந்து பெறும் ஞானம் - 36 / அறையில் சுழலும் பால்வெளி - 37 / உறைந்து வாழ்தல் - 38 / அழுதுவிட்டுக் கைவிடுதல் - 39 / வருவதும் செல்வதும் - 40 / குறியறுத்து வாழ்தல் - 41 / விரும்பாதவரை விரும்புதல் - 42 / இரு அல்லது செல் - 43 / நம்பியிருக்கலாம் - 44 / வழியில் முகிழ்த்த உறவு - 45 / சொல்லின் 360 பாகைகள் - 46 / அன்பின் அடையாளக் குறிகள் - 47 / வாழ்வதற்குத் துணிதல் - 48 / எல்லாம் தனித்தனிதான் - 49 வலியிலிருந்து மலர்தல் - 50 / நீயும் நின் நிழலும் - 51 / கட்டுதல் - 52 / துளியில் நனைதல் - 53 / திருவுடல் - 54 / சினமே பலம் - 55 / திடீர் உற்சாகம் - 56 தெளியும் நீர் - 57 / வேரில் பூக்கும் மலர் - 58 / மனம் வசிக்கும் இடம் - 59 ஓடும் காற்று - 60 / சொற்களின் சங்கிலி - 61 / மனத்துணை - 62 / அவரவரின் கதவுகளுக்குப் பின்னால் - 63 / நானொரு பிழை - 64 / ஓடாத கால்கள் - 65 / ஆயிரமாயிரம் வாழ்வளிக்கும் மண் - 66 / மௌனத்தின் கண்கள் - 67 போருக்குத் தனியாகப் புறப்படல் - 68 / என்னிடம் இருக்கும் நான் - 69 பலத்தில் நீளும் வாழ்வு - 70 / கடலின் துயரம் - 71 / புதிய விருட்சத்தில் நிலைபெறும் மனம் - 72 / பறத்தலுக்குப் பெயர் தேடல் - 73 / ஒழுக்கத்தின் குறுக்குவெட்டுத் தோற்றம் - 74 / உடைத்தலில் உருவாகும் புதியன - 75 இரணங்களின் ஆயுதம் - 76 / நமக்கிடையே அலையெழுப்பும் சொற்கடல் - 77 / பற்றிப் படரத் தவழும் கொடி - 78 / ஊஞ்சலாடும் நினைவு - 79 / உன் விருப்பங்களில் அமையும் என் பாதை - 80 / கூட்டிற்குத் திரும்பாமல் பறத்தல் - 81 / போரை விரும்பாத அடிமை வாழ்வு - 82 / உரையாடலின் அறுவடை - 83 / பெண் உலகம் - 84 / சந்திப்பில் வேர்விடும் மனம் - 85 / கிளைகளில்

மலரும் முட்கள் - 86 / சொற்களால் அமைக்கப்பட்ட பாலம் - 87 / உடலுக்குள் குடிபுகுதல் - 88 / திக்கெட்டும் சுற்றல் - 89 / யுவதியின் நறுமணம் - 90 / உரையாடல்களால் கட்டப்படும் வீடு - 91 / தன்னைத்தானே உயிர்ப்பிப்பது - 92 / வெளிக்கொட்டுவது - 93 / பானையை உடைத்து நீரூற்றுதல் - 94 / பழிவாங்குவது - 95 / அணிகலன்கள் - 96 / அம்பு - 97 / மெய் தீண்டல் - 98 / தடுக்கித் தடுக்கி விழுவது - 99 / விழுங்கிச் செரித்திடுதல் - 100 / பொருளுணர்க - 101 / தன் பிம்பம் கண்டெடுத்தல் - 102 / துயரங்களின் ஊற்றுக்கண் - 103 / நான் மட்டுமே உள்ள வீடு - 104 / எடையிட்டுச் செல்வது - 105 / ஒளியிலிருந்து இருள் இருளிலிருந்து ஒளி - 106 / பல்லுடல் ஒரு மனம் - 107 / வழித்துணை - 108 / வலிகள் தரும் வழி - 109 / விதி - 110 / தீர்ப்பு - 111 / உயிரின் சருகு உடல் - 112 / நிற்கும் இடம் - 113 / வேரற்றுக் கிளைவிடல் - 114 / நினைவு மீன்கள் - 115 / வானத்திற்குப் பின்னால் - 116 / நான் மட்டுமே இருக்கும் யாருமற்ற உலகு - 117 / எதிர்காலத்தில் நாம் சந்திப்போம் - 118 / கடலின் ஒரு துளி - 119 / காரணங்களில் விரியும் உலகு - 120 / நம் நலம் - 121 / உயிரின் ஊர்தி - 122 / காலத்திடம் கையேந்துதல் - 123 / புறக்கணிப்புகள் தரும் ஒளி - 124 / நம்பிக்கையில் உறைதல் - 125 / எல்லை மீறு - 126 / நினைவின் வெளிச்சம் - 127 / தன்னைக் கழற்றிக் கொடுத்தல் - 128 / கடைசியாக - 129 / தொலைவிலிருக்கும் நாம் - 130 / நீ என்னும் வெளி - 131 / புதிய வெளிச்சம் - 132 / மௌனக் கல் - 133 / ஆயுதம் ஏந்தி நிற்றல் - 134 / என் ஆயுதத்தில் என் வாழ்க்கை - 135 / என்னை வாழவைப்பது - 136 / பொருளற்ற சொல் - 137 / என்னை நானே ஆற்றுப்படுத்துதல் - 138 / ஆழத்தில் வாழ்தல் - 139 / ஏமாற்றம் - 140 / எதிர்த்து வெளிச்சம் காணல் - 141 / அன்பைத் துறத்தல் - 142 / அறையின் நீள அகலம் - 143 / முடிவுகள் தரும் வாழ்வு - 144 / விட்டு விலகுதல் - 145 / சுமை - 146 / தொடர் முயற்சி - 147 / சினம் - 148 / எல்லாவற்றிலும் படர்தல் - 149 / புரிதல் - 150 / என் உருவம் - 151 / உறுதி - 152 / தன்னை அவிழ்த்தல் - 153 / புத்துணர்ச்சி - 154 / நம் முடிவு - 155 / உன்னை அறிந்த பின் - 156 / நேர்மை - 157 / ஆறுதல் - 158 / வானிற்குக் கீழ் - 159 / காத்திருத்தலின் விளைச்சல் - 160 / பிரிதல் நிமித்தம் - 161 / நமக்கிடையேயான கேள்விகளும் பதில்களும் - 162 / என்னை அறி - 163 / ஆண் பாவம் - 164 / மனத்தடம் - 165 / வாழ்க்கை - 166 / உங்களுடன் ஒரு நடைபயணம் - 167 / இடம் - 168 / வழியில் பெருக்கெடுக்கும் உறவுகள் - 169 / துயரங்களின் எடை - 170 / வேகத்தடைகள் - 171 / நான் யார் - 172 / அன்பிற்கு உழைத்தல் - 173 / பசி - 174 / நெறிசலால் குறுகும் பாதை - 175 / உலகை உட்செரித்தல் - 176 / பாம்பாகித் தோலுரித்தல் - 177 / போலித்தவம் - 178 / காலநதியில் நீந்துதல் - 179 / சுழியம் நோக்கி - 180 / பேரமைதியிலிருந்து பெருஞ்சத்தத்திற்கு - 181 / இருக்கும் நிலை - 182 / உன் கவனம் தரும் இன்பம் - 183 / புறப்படுவோம் - 184 / அப்பாவின் முத்தம் - 185 / நன்றியறிதல் - 186 / நவகண்டம் - 187 / முதலும் முடிவும் முடிவும் முதலும் - 188 / சரணாகதி - 189 / மரணமிலாப் பெருவாழ்வு - 190 / சொற்றுணை - 191

காற்றின் கால்தடம்

உள்ளே எதுவும் இல்லை
வெளியே வருகிறேன்
வெளியே எதுவுமில்லை
உள்ளே வருகிறேன்
திறந்திருப்பதால் ஒன்றும் வருவதில்லை
தாழிட்டுக்கொள்கிறேன்
தாழிட்டுக்கொண்டிருப்பதால்
ஒன்றும் முளைத்துவிடுவதில்லை
திறந்துகொள்கிறேன்
இருளில் எதுவும் தெரியவில்லை
வெளிச்சத்திற்கு வருகிறேன்
வெளிச்சத்தில் எதுவும் தெரியவில்லை
இருளினுள் செல்கிறேன்
அமைதியில் ஞானமில்லை
யுத்தத்திற்குப் புறப்படுகிறேன்
யுத்தத்தில் ஞானமில்லை
அமைதிக்குத் திரும்புகிறேன்
உடலுக்குள் எதுவுமில்லை
வெளியே வருகிறேன்
வெளியே எதுவுமில்லை
உடலுக்குத் திரும்புகிறேன்

உடற்சுவரை உடைத்தல்

எல்லோரும் வருகின்றனர்
என் உடலைச் சந்திக்கின்றனர்
உடலோடு பேசுகின்றனர்
உடலோடு பழகுகின்றனர்
உடலோடு இருக்கின்றனர்
உடலோடு நினைவு வைத்துக்கொள்கின்றனர்
ஆம் என்னிடம் யாருமே வருவதில்லை
என் மனஅறையின் திறவுகோலை
உடலுக்கு வெளியேயே வைத்திருந்தேன்
யாருமே எடுத்துத் திறக்கவேயில்லை
பிறகு நானே திறந்து
வெறுமனே மூடி வைத்திருந்தேன்
வந்தவர்கள் யாரும்
கதவுகளைத் தட்டித் திறக்கக்கூட இல்லை
எங்கே இருக்கிறேனென
யாரும் தேடவேயில்லை
அவர்கள் என் உடலுக்கு வெளியேயே நின்று
எல்லாவற்றையும் கண்டெடுத்ததாய்
திரும்பிச் செல்கின்றனர்
பிறகுதான் நான் தாழிட்டுக்கொண்டு
உள்ளேயே இருந்தேன்

விதையின் நிழல்

இவ்வளவு காலமாகவும்
ஒரே ஒரு விதையைத்தான் தேடிக்கொண்டிருக்கிறேன்
எப்படியாவது நினைக்கும் இடத்தில் ஊன்றி
முளைக்கச் செய்து
உயரம் செல்லச் செல்ல நீரூற்றி
உரமிட வேண்டும்
பல கனிகள் தரும்படி வேலியிட்டுப் பாதுகாத்து
ஓங்கி வளர்த்து விழுதுவிடவைத்து
எங்குச் சென்றாலும்
என்ன செய்தாலும்
திரும்பவும் வந்து
அதன் வேர்களில் அமர்ந்து அது தரும்
நிழலில் ஒருமுறை
மூச்சிழுத்து இளைப்பாற வேண்டும்
அதுவரை இப்போழ்தைக்கு
வேறெதுவும்
தேவையில்லையெனப்
போய்க்கொண்டிருக்கிறேன்

கனவுகளின் கரையை அடைதல்

என் முன் பெரும் மலைகள் இருக்கின்றன
என்னிடமிருப்பன
கடற்பரப்பில் பில்லியன் கணக்கில்
குவிந்திருக்கும் மணல் துகள்களில்
அலையால் கரைந்துவிடாத
எப்பொழுதும் தனித்திருக்கும் சிறு துகளாய்
ஒரு நான்

ஒரு வடிவில் உறைந்துவிடாத
மேகமாய் நினைத்த வடிவாய் உருவெடுக்கும் மனம்
எது நடந்தாலும் எதற்காகவும் யாருக்காகவும்
எப்பொழுதும் நிற்காமல் ஓடிக்கொண்டே இருக்கும்
துணைக்கு யாரையும் அழைத்துக்கொள்ளாத
நான் இறக்கும்வரை
என்னோடுள்ள காலம்

எதிர்வரும் ஒவ்வொரு மலைகளையும்
உடைத்தாக வேண்டும்
பெயர்த்து வைக்க வேண்டும்
ஏறியிறங்க வேண்டும்
குடைந்து ஊடுருவ வேண்டும்
ஆம் மலைகளை உடைத்துக்
கண்ணுக்கெட்டிய தூரம்வரை
பார்த்துவிடுவதுதான் வாழ்வு

அறுவை சிகிச்சை

பல மைல் தூரங்களுக்கப்பால்
இன்னும் பல மைல் தூரங்களுக்கப்பால்
ஒரு மரம்
மரத்திற்குக் கீழே
ஒரு பாறை
பாறைக்குக் கீழே
ஒரு சொல்
சொல்லிற்குக் கீழே
ஒவ்வொரு குறிப்பிட்ட
கால இடைவெளியிலும் சென்று
என்னைக் கழற்றிவைத்து
அங்கேயே சில காலம் அமர்ந்து
உடல் மனக்கூராய்வு செய்து
வேண்டியவாறு என்னை வடிவமைத்து
பிறகு வருகிறேன்
எல்லாவற்றையும் கடந்து செல்ல
ஒரு வடிவம் போதுமானதாக இல்லை

நிற்க அல்லது செல்ல

எங்கே இவ்வளவு வேகவேகமாய்
ஏன் இவ்வளவு பதற்றம்
ஏன் இவ்வளவு குழப்பங்கள்
இப்பொழுது என்ன நடந்துவிட்டது
எல்லாம் சரியாகத்தானிருக்கின்றன
சரியாகிவிடும்
ஒரே நொடியில் நிமிடத்தில்
ஒரே நாளில் மாதத்தில்
எல்லாவற்றையும் மாற்றிவிட முடியாது
இங்கே வா
எங்கும் செல்லாமல்
சில காலம் இங்கேயே அமர்ந்திருக்கலாம்
எல்லாம் புரியும்
பிறகு எழுந்து செல்வதும்
இங்கேயே இருப்பதும் அவரவர் விருப்பம்

வழியெங்கும் தனியாகவே செல்லல்

தென்னை மரத்தின் குலையிலிருந்து
விழும் தெங்கங்காயாய் விழுந்தாலே
தனி மரமாய்
மலையின் பக்கவாட்டிலிருந்து சரியும்
மலையாகிச் சரிந்தாலே தனிக் குன்றாக
பெருக்கெடுத்து ஓடும் ஆற்றிலிருந்து
இடம் வலமாய்ப் பிரிந்தாலே
தனி ஆறாக
வண்ணத்துப்பூச்சியின் நிறங்களிலிருந்து
ஒன்றை எடுத்துப் பூசினாலே
வானவில்லின் ஒரு நிறமாய்
நீண்டு ஒளிர முடியும்
மேலும்
வெடிக்கும் இலவம் பஞ்சுக் காயிலிருந்து
பிரிந்த பஞ்சு இன்னும் இன்னும் உயரமாய்
தனியே பறக்கிறது
தனியாய் இருப்பதே அடையாளம்
தனியாய் இருப்பதே இருப்பு
தனியாய் இருப்பதே நிலையானது
தனியாய் இருப்பதே வாழ்வு

தூரம் செல்லுதலின் இன்பம்

குப்பையின் குவியலுக்குள்
நெளியும் புழுவாய்
எவ்வளவு காலம் உள்ளேயே நெளிவது
மேல் நோக்கி மேல் நோக்கிப்
புழுவுடல் சுமந்தே வெளிவந்து
கம்பளிப்பூச்சியாய் அடைகாத்து
பின் சிறகுகள் விரித்து
இறகுகள் உதிரும் தூரம்வரை பறத்தலைவிட
இம்மனத்திற்கு என்ன வேண்டும்

மனச்சாலையில் நடந்து திரிதல்

உன்னைத் தனியாகச் சந்திக்க வேண்டும்
கொஞ்சம் பேச வேண்டும்
உனக்கு என்ன துயரம்
நீயேன் சோர்வாக இருக்கிறாய்
உனக்கு ஏதாவது உதவட்டுமா
என்னிடம் ஏதாவது கேட்க நினைக்கிறாயா
ஏதாவது சொல்ல நினைக்கிறாயா
உன்னை எங்காவது அழைத்துச் செல்லட்டுமா
யாரையாவது சந்திக்க விரும்புகிறாயா
யாரிடமாவது பேச வேண்டுமா
உனக்கு என்ன வேண்டும்
வாங்கித் தரட்டுமா
நீ இங்கேயே ஓய்வெடு
அருகில் கொஞ்ச நேரம் இருக்கிறேன்
அல்லது இப்படியெல்லாம் கேட்பது
உன் துயரத்தை மேலும் அதிகரிக்கிறதாவென
கேட்க ஒருவரும் இல்லாமலிருப்பது
என் பாதையெங்கும்
ஒரு மரமும் இல்லாமல்தான் பயணம் செய்கிறேனென
அடிக்கடி நினைவுக்கு வருகிறது

உடற்சிறை

சிறிதும் சுதந்திரமாக இல்லை நான்
நினைவுகளும் கனவுகளும் உடனிருக்கின்றன
என்னை எங்கும் பறந்து செல்லவிடாமல்
உடற்கூட்டிற்குள் உயிர் தங்கியிருக்கிறது
என்னைக் கழற்றிவைத்துவிட்டு
எங்கெங்கும் போகும் உடலும்
எல்லாமும் காணும் கண்ணும் வேண்டி
முன்னும் பின்னும் அல்லலுறும் அலையாய்
கடலிலிருந்து தப்பித்துக் கரையேற முடியாமல்
உடற்கூட்டிற்குள்ளிருந்து
கூக்குரலிட்டுக்கொண்டிருக்கிறேன்

மாயை

கண்டெடுக்கத்தான்
எல்லாவற்றையும் புறந்தள்ளிப் போகத்
துடியாய்த் துடிக்கிறேன்
போக வேண்டாமென்று தடுக்கிறாயா
எல்லாமுமாக நீயே இரு

யுத்தம் இனிது

மனம் வில்
சொல் அம்பு
உடல் அம்பறாத்தூணி
உயிர் காலம்
புலன்கள் ஆற்றல்
உலகம் அறிவு
உயிர்கள் துணை
வாழ்க்கை யுத்தம்
நானோ களத்தில் நிற்கும் வீரன்

கண்விழித்து அளாவுதல்

என்னிடமிருப்பன
ஓர் உடல்
ஓர் உயிர்
ஓர் உலகம்
கடலென ஒரு மனம்
இரவு பகலெனும் காலம்
எல்லாவற்றையும் ஒரு சேரத் திரட்டி
இறக்கைகள் தயாரித்து
பால்வெளியெங்கும் நீந்தித் திரியவே
கல்லென மௌனம் கொண்டு அமர்ந்திருக்கிறேன்

காலத்தை நீராக உறிஞ்சி வளரும் அன்பின் மரம்

காலங்களின் கரையில்
அன்பின் உறுதியில் துருயேறிவிடுகிறது
அன்பின் இளமையில் சுருக்கங்கள் விழுந்துவிடுகின்றன
அன்பின் துளிகள் நரைத்துவிடுகின்றன
அன்பின் சரடுகளில் கோர்க்கப்பட்ட
மணிகள் கறுத்துவிடுகின்றன
அன்பின் கிணற்றில் ஊற்றுகள் அடங்கிவிடுகின்றன
அன்பின் பாதைகள்
சில தூரத்திற்குப் பின் நின்றுவிடுகின்றன
அன்பின் நம்பிக்கையில் புழுக்கள்
நெளியத் தொடங்கிவிடுகின்றன
அன்பின் உயிர் அடிக்கடி நோய்ப்பட்டு நொடிகிறது
இந்தப் பாதவெடிப்புகளோடு
இரவிலிருந்து பகலிற்கும்
பகலிலிருந்து இரவிற்குமாக
கதிரவனன்ன ஒளி குன்றாத
அன்பின் பெருவெளிச்சத்தைக் காண
இன்னும் நடந்துகொண்டே இருக்க வேண்டியிருக்கிறது

குழப்பங்களின் இசை

யாரிடம் நிற்பது தெரியாமல்
எதிர்படும் ஒவ்வொருவரிடமும்
யாரை நேசிப்பது புரியாமல்
ஒவ்வொருவரையும்
எங்குப் போவது அறியாது
எல்லா இடமும்
என்ன பேசுவது உணராமல்
எல்லாவற்றையும்
என்ன செய்வது கண்டுபிடிக்காது
எல்லாவற்றையும்
அதனாலென்ன
இப்படியே இருந்துவிட்டுப் போகலாம்
இன்னும் சில காலம்

வயதுக்கு வருதல்

என்னை ஏமாற்ற
கூடுதலாய்ச் சர்க்கரைக் கலந்த தேநீர் போதும்
இளநீரெனக் குளிர்ந்த சில சொற்கள் போதும்
முகத்தில் ஒரு சிறிய தாமரை சூடி இருந்தால் போதும்
அருகில்தான் இருக்கிறீர்களென
ஒரு சேவலென விடியற்காலையில்
குரலெழுப்பினால் போதும்
எனக்குள் மெது மெதுவாய் விடமேற்றிக் கொல்ல
என்னைச் சந்திக்கும் ஒவ்வொரு முறையும்
உங்களிடம் ஆயுதங்கள் இருப்பதன்
அடையாளங்களை வெளிப்படுத்தினால் போதும்
உங்கள் சொற்களில் கொஞ்சம்
நஞ்சு தடவியிருந்தால் போதும்
முகத்தில் துண்டு நெருப்பைத் தகித்தால் போதும்
தூரமாக இருக்கிறீர்களென
எழுப்பும் குரலுக்குப் பதிலளிக்காமல் இருந்தால் போதும்
இங்கேயேதான் இருப்பேன்
நீங்கள் எப்பொழுதும் திரும்பி வரலாம்

உடைந்த அன்பின் சில்லுகள்

நீங்கள் வீசும் துண்டு அன்பிற்காக
என் பயணங்களை நிறுத்திக்கொள்கிறேன்
மண்டியிட்டு அமர்கிறேன்
நாள் முழுவதும் நீங்கள்
துண்டு வீசிய இடத்திலேயே இருக்கிறேன்
எங்காவது சென்றாலும் மீளவந்து
உங்கள் முன் அமர்ந்துவிடுகிறேன்
மிகக் குறைந்த நேரம் என் தலையை வருடிக்கொடுத்துவிட்டு
மேலும் ஒரு துண்டை வீசிவிட்டுச் செல்கிறீர்
பின்தொடர்கிறேன்
சிறிது தூரத்திற்குப் பின் துரத்தியடிக்கிறீர்
நீங்கள் வரும்வரை உங்கள் நினைவுகளைச் சுமந்து
அதே இடத்தில் சுற்றிச்சுற்றி வருகிறேன் அமர்கிறேன்
பாரம் தாங்காமல் படுத்துக்கொள்கிறேன்
உங்களைப்போலவே வேறொருவர் வருகிறார்
அதேபோல் துண்டு அன்பினை வீசி
வருடித் துரத்தியடிக்கிறார்
பிறகு வேறொருவரும் அவருக்குப் பின்
மற்றொருவருமென வந்து
துண்டுகளை வீசிச் செல்கின்றனர்
நானொரு தெருநாயென யாரோ ஒரு சிலர்
வீசவிருக்கும் சில துண்டு அன்பிற்காக
மேலும் மேலும் காத்திருக்கிறேன்

குட்டை மீன்

நிறைய மறந்துவிடுகிறேன்
தூரத்திலிருப்பவர்களை
நினைத்துக்கூடப் பார்க்க முடியவில்லை
அருகிலிருப்பவர்களின் முகங்களே
அடிக்கடி எதிர்படுகின்றன
எவ்வளவு முயன்றும்
தூரத்திலிருப்பவைகளை நோக்கிப்
பந்தயத்தில் ஓடும் குதிரையென
ஓடிக்கொண்டேயிருக்க முடியவில்லை
எப்பொழுதும் அருகருகே இருக்கும் சூழலில்
தொட்டிக்குள் நீந்தும் மீனாய்
தூரத்திலிருப்பவர்களும் மற்ற யாவும்
அவற்றின் நிழலும்
ஒரு பட்டமென
மேலும் மேலும் தூரமாகிக்கொண்டே போகின்றன

அன்பின் அடியும் முடியும்

எங்குதான் இருக்கிறாய் இருக்கிறேன்
அருகில்தானா வெகுதொலைவிலா
இன்னும் உன்னைப் பார்க்கவில்லையா
பார்த்தும் அடையாளம் காண முடியவில்லையா
நாம் நட்பில் இருக்கிறோமா
பழகியிருக்கிறோமா
பழகிப் பிரிந்துவிட்டோமா
என்னுள் வளர்ந்த உன் நினைவுகளை
ஒரு மலராக்கி உனக்குக் கையளித்துள்ளேனா
அப்பொழுது நீ என்னை நிராகரித்திருக்கிறாயா
நாம் மேலும் மேலும்
ஒருவரிடமிருந்து ஒருவர் தொலைவாகச் செல்கிறோமா
அருகருகே வருகிறோமா
நீ என்னையும்
நானுன்னையும் தேடி மிகவும் சோர்ந்துவிட்டோமா
அதனால் நான் இங்கும்
நீ அங்கும் கிடக்கிறோமா
அல்லது
இவ்வன்பு போகப்போக ஒன்றுமில்லாமல் போகும்
கானல் நீரென்பதால்
நாம் தனித்தே இருக்கிறோமா

யுவதியிடமிருந்து பெறும் ஞானம்

ஒரு யுவதியின் அருகில் நிற்பதற்கு
நெருப்பின் அருகே செல்வதாய்
நடுங்குகிறது உடல்
உரையாட முயல்கையில்
பனிக்காலத்தில் விளக்கில்
உறைந்த தேங்காய் எண்ணெயெனக் குரல்வளை
ஒளி தருவதாய் எச்சொல்லுமற்று
மௌனம் கொள்ளும் மனம்
பின்தொடர்ந்து செல்ல
விபத்தில் சிக்குண்ட
முறிந்த கால்களாய் நடை
உடலுள்ளெங்கும் தேங்கி வழியும் உன்னை
வெளிப்படுத்த முனைகையில்
நோய்வாய்ப்பட்டு வாயில் நுரை தள்ளும்
நாய்க்குட்டியென நிற்க முடியாமல்
முன்னும் பின்னும் நடந்து
எங்கோ விழுகிறேன்

அறையில் சுழலும் பால்வெளி

அறைக்குள் சன்னலோரம்
புட்டியில் வளரும்
செடி கொடியென இருக்கிறேன்
வேர்கள் புட்டிக்குள்ளேயே நீண்டு நீண்டுச் சுருள்வதாய்
என் வாழ்வின் பாதி அறைக்குள்தான் படர்ந்திருந்தது
யாரையும் சந்திக்காமலிருக்க
எது பற்றிய இடர்களையும் அடையாமலிருக்க
உலகத்திலிருந்து சிறிது விடுவித்துக்கொண்டு
பதுங்கிக்கொள்ள
இரண்டாம் தள 310 அறையொன்றில்
ஒரு மின்விசிறி குழல்விளக்கு மேசை கட்டில்
போதுமானதாக இருக்கின்றன
விரும்பியவண்ணம்
எல்லாவற்றையும் அறைக்குள்
இழுத்துப்போட்டுப் பிரித்துப் பார்த்துக்கொண்டிருக்க
அறை செளகர்யமாக இருக்கிறது
மேலும் வாழ்வில் எப்பொழுதும்
ஓர் அறையிலிருந்து மற்றோர்
அறைக்கு மாறிக்கொண்டே வாழ்கின்றேன்

உறைந்து வாழ்தல்

மழை விழுகிறது
மிக உயரத்திலிருந்து
கடும்வெயில் தீண்டுகிறது
வெகுதொலைவிலிருந்து
எங்கெங்கோ சுற்றித் திரிந்து வந்து
காற்று விடாமல் மோதி மோதி
அசைத்துப் பார்க்கிறது
புழுதி வந்து வந்து சேர்கிறது
ஒரே வெட்டாய் வெட்டிப் பிளந்திட
கை நீட்டுகிறது மின்னல்
ஆயிரமாயிரம் மரங்கள்
வேர்விட்டுக் குடைகின்றன
எதற்கும் அசையாத
சிறு குன்றின்
சிறு கல்லின்
மௌனத்தைப் பற்றிட
எல்லாவற்றையும் வேகவேகமாய் உதறிவிட்டு
நடந்து சென்றுகொண்டே இருக்க வேண்டும்
வழியில் எங்காவது
சிறு கல்
அல்லது
சிறு குன்றாகிவிட வேண்டும்

அழுதுவிட்டுக் கைவிடுதல்

கடலின் இந்தக் கரையில் நான்
மறுகரையில் நீ
என்னால் உன்னைப் பார்க்க முடியவில்லை
உன்னால் என்னையும்
தொடர்ந்து கரையிலுள்ள பனை மரத்திலிருந்து
உன்னை நோக்கிக் குரலெழுப்புகிறேன்
என் எல்லாக் குரல்களும்
சமிக்ஞைகளும் இந்த அலைகளைத்
தாண்டிச் செல்லாது மூழ்கிவிடுகின்றன
சில முறை படகேறி நீயிருக்கும் கரை சேர
முயன்று முயன்று திரும்பிவிடுகிறேன்
நமக்கிடையேயான
இவ்வளவு தூரத்தைப் பார்க்கிறபொழுது
என் நம்பிக்கையிலுள்ள விளக்குகள்
அணைந்துவிடுகின்றன
வழிகளில் மலைகள் முளைத்துவிடுகின்றன
உடலிலுள்ள இளமையின் நிறம் மங்குகிறது
வேறு வழியற்று நான் திரும்பிப் போகிறேன்
கடலையும் கடலின் மறுகரையில் இருக்கும்
உன்னையும் சுமந்து

வருவதும் செல்வதும்

யாரும் என்னைத் தேடி வந்து
அவர்களைத் திறந்து காட்டி
அவர்களின் மனக்குளத்திலிருந்து
குடம் அன்பை எனக்குத் தருபவராயில்லை
தேடி வருபவர்களில் சிலர்
நான் திறந்து காட்டுவதற்காகக் காத்திருக்கின்றனர்
சிலர் சிறிய வெட்கமுமில்லாமல்
ஒவ்வொரு முறையும்
கதவைத் திறக்கச் சொல்லித் தட்டுகின்றனர்
சிலர் அவர்களைக் கொலை செய்ததாய்
என்மேல் குற்றம்சாட்டிக்
கதவைத் திறக்க வைக்கின்றனர்
பதறிப்போய் ஒவ்வொரு முறையும்
கதவைத் திறந்துவிடுகிறேன்
உள்ளக் குளத்திலிருந்து
குடம் குடமாய் அன்பைக் கசிகின்றேன்
பிறகு அவர்கள் நிறைவாய்
வந்த பாதையிலேயே திரும்பிவிடுகின்றனர்
இப்பொழுதும் இக்குளம் தளும்பாமல் இருக்கிறது

குறியறுத்து வாழ்தல்

எனக்கு மிகவும் அவமானமாய் இருக்கிறது
உன்னிடம் என்னை அறிமுகம் செய்துகொள்ள வந்தால்
புணர்ச்சிக்காகத்தானா
உனக்கு ஒரு குறுஞ்செய்தி அனுப்பினால்
அதுவும் புணர்ச்சிக்காகத்தானா
அழைப்பு கொடுத்தால்
அதுவும் புணர்ச்சிக்காகத்தானா
உனக்காகக் காத்திருந்தால்
அதுவும் புணர்ச்சிக்காகத்தானா
உன் அருகில் வந்தால்
அதுவும் புணர்ச்சிக்காகத்தானா
உன்னை நான் நினைத்துக்கொண்டிருப்பதும்
புணர்ச்சிக்காகத்தானா
இங்கேயே இரு
விலையுயர்த்திக் கேட்கும் பேரழகுடைய பெண்ணிடம்
எல்லாவற்றையும் தீர்த்துக்கொண்டு வருகிறேன்
அல்லது ஆணிவேரென ஒட்டிக்கொண்டிருக்கும்
குறியைப் பிடுங்கி எறிந்துவிட்டு வருகிறேன்

விரும்பாதவரை விரும்புதல்

உன்னை அணைத்துக்கொள்ளத் தெரியவில்லை
விரும்பி வளர்த்துக்கொள்ளும்
ஈரம் என்னிடம் இல்லை
உன் அன்பின் தூய்மையை
அளவை அறிய என்னிடம் அளவுகோல் இல்லை
இங்கேயே சில காலம் காத்திரு
எனக்கு வேறு வழி தெரியவில்லை
என்னை விரும்பாத யுவதியொருத்தியை
விரும்பித் தோற்று வருகிறேன்
என்னை விரும்பும் காலத்திலேயே
வேறோர் இளைஞனோடு அவள்
அன்புகொள்வதைப் பார்த்துவிட்டு வருகிறேன்
அவள்பின் காலங்கள் பல இழந்து வருகிறேன்
என் உடலைச் சில நாள்கள் புணர்ந்து
விடை தந்திடும் ஸ்திரீக்கு
உடலைத் தந்துவிட்டு வருகிறேன்
வடிவான உடலுடைய நிறம் ஒளிரும் இளம்பெண்ணிடம்
புணர்ச்சியின் பொருட்டு மன்றாடிவிட்டு வருகிறேன்
வறுமையிலிருந்து விடுபட
விலை கூடுதலாய்க் கேட்கும் விலைமாதுவிடம்
சில இரவுகள் கழித்து வருகிறேன்
பின்
உன் அன்பின் ஈரம் தேடி ஓடோடி வந்து
விருட்சமாய் வளர்வேன்
விழுதுகள் விட்டு அங்கேயே நிற்பேன்
மீதமிருக்கும் காலம் யாவும் நீ இளைப்பாற

இரு அல்லது செல்

எங்கே இருக்கிறேன்
யாரோடு இருக்கிறேன்
என்ன செய்கிறேன்
எதையும் கேட்டுக்கொண்டிருக்காதீர்கள்
எங்கும் போவேன்
யாரோடும் இருப்பேன்
எதையும் செய்வேன்
மெல்ல மெல்ல நினைவிழந்து வருகிறேன்
எங்காவது சென்று
விழுந்துவாரிக்கொண்டு வருவேன்
யாரிடமாவது சென்று வெட்டுப்பட்டு வருவேன்
ஏதாவது செய்து மூப்படைந்துவிடுவேன்
என்னை மனநலக் காப்பகத்தில் சேர்த்துவிடுங்கள்
அல்லது
எங்கும் செல்லாமல் என்னுடனேயே இருங்கள்

நம்பியிருக்கலாம்

எனக்கு யாரையும் நேசிக்கத் தெரியவில்லை
அவர்கள் நேசிக்காமலேயே அருகருகே
வருவதையும் அறிந்துகொள்ளத் தெரியவில்லை
அவர்களது உள்ளங்களை
நீரில் ஒளி பாய்வதாய்
கணநேரத்தில் ஊடுருவி
வெளியே வரத் தெரியவில்லை
என்னோடு பழகும் ஸ்திரீ ஒருத்தியின் உடலை
என் கண்கள் மேய்வதாகக் கருதுகிறாள்
அவளது தோழியிடம் புகாரளிக்கிறாள்
என் நண்பரிடமும் அது பற்றிக் கேட்டறிகிறாள்
ஆமெனத் தோழியும் நண்பரும் உறுதிபடுத்தியிருந்தனர்
அவள் நான் அருகில் வரும்போது
இரவில் பேருந்து நிலையத்தில் புணர்ச்சிக்கு அழைக்கும்
விலைமாதுவாய் என்னைக் கருதுகிறாள்
என் உரையாடலை வயது முதிர்ந்த விலைமாதுவின்
உரையாடலாய் அருவருக்கிறாள்
ஒரு தொழுநோயாளியின் உடலாய்
என் அன்பைத் தூரம் நின்று முகங்கசக்கிறாள்
என்னில் பெருக்கெடுக்கும் அன்பின்
சுமையைத் தாங்க முடியவில்லை
இங்கேயே இறக்கி வைத்துவிடுகிறேன்
இங்கேயே நின்றுவிடுகிறேன்
நீங்கள் செல்லலாம்
மேலும் மேலும் முன்னேறிச் செல்லலாம்

வழியில் முகிழ்த்த உறவு

நீங்கள் அங்கிருக்கிறீர்கள்
நான் இங்கு
இங்கு வாருங்கள்
அங்கு வருகிறேன்
முடிந்தவரை இருப்போம்
பிறகு முடிவு செய்து திரும்புவோம்
அல்லது வந்த இடமே இருப்போம்
நீங்கள் இங்கு வராமலிருப்பீர்கள்
நானும் அங்கு வராமலிருப்பேன்
பிறகெப்படித்தான் நாம் சந்திப்பது
வாருங்கள் இடைப்பட்ட இடத்தில் சந்திப்போம்
பிறகு அவரவர் இடம் திரும்பிக்கொள்வோம்
அல்லது இணைந்து செல்வோம்
மனம் நொடிந்தால்
பிறகு மீண்டும் அவரவர் இடம் திரும்புவோம்
பிறகு மீண்டும் சந்திப்போம்
வறண்ட நிலத்தில் மழை பெய்ததும்
பசுமைப் பூப்பதாய் நமக்குள் எப்பொழுதாவது
சிற்சில சந்திப்புகள் இருப்பதில்
என்ன இழப்பு இருந்துவிடப்போகிறது

சொல்லின் 360 பாகைகள்

அந்தச் சொல்
தன் எல்லாப் பக்கங்களிலும் கூர்மையை வைத்திருந்தது
இவ்வளவு நேரமாகியும் ஆண்டுகளாகியும்
இவ்வளவிற்குப் பிறகும்
அதன் கூர்மையில் துருயேறவில்லை
அதன் துர்நாற்றம் குறையவில்லை
அதே பளபளப்பில் மினுக்குகிறது
இப்பொழுதுவரை
உடல் மனத்தினுள் உட்புகுந்து வெளியேறாமல்
சுழன்றுச் சுழன்று வெட்டுகிறது
உடல் மனத்துள்ளிருந்து
வெளியேற முடியாமல்
உள்ளேயே என்னைக் கூழ்க் கூழாக்கிச்
சுழன்றடிக்கிறது

அன்பின் அடையாளக் குறிகள்

நீ எங்கே இருக்கிறாய்
யாருடன் இருக்கிறாய்
அருகில் யார் இருக்கிறார்கள்
எப்பொழுது எங்கே போகிறாய்
எப்பொழுது திரும்பி வருகிறாய்
என்ன செய்துகொண்டிருக்கிறாய்
ஒவ்வொரு முறையும்
எல்லாவற்றைப்பற்றியும்
மனதில் என்ன நினைக்கிறாய்
என்ன பேசுகிறாயென
எல்லாவற்றையும் தெரிந்துகொள்வது
செல்லும் பாதையிலுள்ள முட்கள்
மலைகள் பள்ளங்கள் சுட்டிக்காட்டுவது
வழிமுழுவதும் ஒளியாய் உடன் வருவது
அல்லது
நீ எங்கே இருக்கிறாய்
நீ யாரெனத் தெரியாமலேயே
ஒவ்வொரு நாளும் என்ன செய்கிறாயென
ஏதும் அறியாமலேயே
உன்னை நம்பிக்கொண்டிருப்பது
உனக்காகக் காத்துக்கொண்டிருப்பது

வாழ்வதற்குத் துணிதல்

மெல்ல முளைத்து
வேர் படர்த்தி
மழையற்ற பொழுதுகளிலும்
இலைகள் யாவும் உதிர்த்து உயிர்தேக்கிப்
பல காலங்கள் கழித்துப்
பூத்துக் காய்த்து நின்றேன்
பின் இன்னும் சில காலம் கழித்து
நானொரு பழமானேன்
திடீரெனத் துண்டுத் துண்டுகளாய்
தட்டில் வெட்டி வைக்கப்பட்டேன்
எனக்குள் உயிராய்த் தங்கியிருந்த
விதைகளைக் கரங்களிலிருந்து
விட்டுவிடுங்கள்
மண்ணில்
மீண்டும் முளைக்கவே விரும்புகிறேன்

எல்லாம் தனித்தனிதான்

அவரவர்களுக்கென்று அவரவர்
வாழ்க்கை இருக்கிறது
தனியொரு மனத்திற்குள்
எல்லாவற்றையும் கண்டெடுத்துவிட முடியாது
பெரியதினும் பெரிது உலகம்
முடிந்தமட்டும் சுழன்றுச் சுழன்றுத் திரி
அவரவர்கள் தங்கள் புரிதலுக்குக்
கைகளைக் கால்களை நீட்டி முழக்குகின்றனர்
நீயும் நீட்டி முழக்கு
கன்றாகித் துள்ளிக் குதித்தோடு
யார்மீதும் குறைகளை அடுக்கி
என்ன ஆகிவிடப்போகிறது
விருப்பத்திற்கு ஓடு
முன் பின்னோக்கிப் போ வா
இடம் வலம் திரும்பு
நின்று ஓய்வெடு
யார் வாழ்க்கையையும்
நீ வாழ்ந்திட முடியாது
நானும்

வலியிலிருந்து மலர்தல்

இப்பொழுது இப்படித்தான் இருக்கும்
இப்பகல் கடக்கட்டும்
சில மணி நேரம் தூங்கி எழலாம்
குளியலறையில் சுடுநீரில்
வெகு நேரம் குளித்து வரலாம்
கிளையில் காத்திருக்கும் பறவையின்
தவிப்பைக் கவனித்துக்கொண்டிருக்கலாம்
ஆடு கடித்துவிட்டுப்போன கொடிக்கு நீரூற்றலாம்
இவ்விரவு கடக்கட்டும்
குரைக்கும் நாயின் மொழியைக் கவனிக்கலாம்
பத்து மணிக்கு முன்னதாகவே தூங்கலாம்
அல்லது
விடியற்காலைவரை விழித்திருக்கலாம்
இரவும் பகலும் இன்னும் சில நாள்களும்
இப்படியே கடந்துபோகட்டும்
செல்லும் சாலைகளின் நீள அகலமும்
திசையும் சென்று சேரும் இடமும் தெரிய வரும்
பின் வேறு திசை நோக்கித் திரும்பிக் கொள்ளலாம்

நீயும் நின் நிழலும்

நீ யார்
நட்டுவைத்து நீரூற்றி வளர்க்கும் செடிகளா
நடந்து செல்கையில் கடக்கும்
பாதையின் இருபக்கங்களில் நிற்கும் மரங்களா
கடுங்கோடையில் புட்டியில் அடைக்கப்பட்ட
தாகந்தீர்க்கும் குவளை நீரா
நினைக்குமிடம் சுமந்து செல்லும்
இருசக்கர ஊர்தியா
துயரத்தில் ஆழ்ந்திருக்கும்போது
பெரும்பசி போக்கும் சோற்றுப் பருக்கைகளா
பாதங்களைத் தாங்கும் மிதியடிகளா
மேனியை வண்ணமயமாக்கிட
புதிது புதிதாய் அணியும் உடைகளா
இல்லை
நினைவுகளில் குளமாய்த் தேங்கி
மூழ்கடிக்கும் வெறும் நினைவுநீர்

கட்டுதல்

என்னிடம் எஞ்சியிருப்பன
30 வயதை நெருங்கிய உடல்
50க்கும் குறைவான மனிதர்களுடனான நெருக்கம்
100 கிலோவை ஒரு சேரத் தூக்க முடியாத பலம்
10 எதிரிகள் கூட இல்லாமல் இருப்பது
20க்கும் குறைவானப் பிடிவாதங்கள்
40க்கும் குறைவான எதிர்ப்போராட்டங்கள்
நாளும் நாளும்
இங்கிருந்து அங்குப் போவது
அங்கிருந்து இங்கு வருவதெனச்
சிறிய சிறிய இலக்குகள்
அதைச் செய்வது
அதன் பிறகு இதைச் செய்வதென
மிகச்சிறிய மிகச்சிறிய ஆசைகள்
இவற்றையெல்லாம் வைத்துக்கொண்டு
ஒரு மயிரும் புடுங்க முடியவில்லை
எங்கும் போய்விட முடியவில்லை

துளியில் நனைதல்

உலகில் என்னவெல்லாம் இருக்கின்றன
அழைத்துச் சென்று காண்பிக்கிறாயா
மனிதர்களைப் புரிந்துகொள்ள வைக்கிறாயா
வழி தெரியாமல் தொலைந்துபோய்விட்டேன்
என்னைக் கண்டுபிடித்து
வழியெங்கும் ஒளி காட்டுகிறாயா
உனக்குத் தெரிந்தவற்றை
எனக்குக் கற்றுக்கொடுக்கிறாயா
தோன்றியது எல்லாவற்றையும் பேசுகிறேன்
குறுக்கீடு செய்யாமல்
சிறிது நேரம் கேட்டுக்கொண்டிருக்கிறாயா
உனக்கு நேரமில்லைதான்
முறிந்த கிளையென முறிந்துபோய்க் கிடக்கிறேன்
சரி எதுவும் எதுவும் வேண்டாம்
உன் பேருந்து வருவதற்குள்
எனக்கு
ஒரு தேநீர் வாங்கித்தந்து செல்

திருவுடல்

அவர் நட்டு வைத்த
வாழையில் குலைகுலையாய்
வெளிவந்து முகம் காட்டுகிறார்

29 தென்னை மரங்களிலிருந்து
மேலும் மேலும் காய்க்கிறார்
தோளில் சுமந்து
என்னைச் சில தென்னைகள் நடச் செய்தார்
இன்று மரமேறி இளநீர் பறிக்கையில்
அவர் தோளில் நிற்பதாகிறேன்

அண்மையில் அவர் வைத்த தேக்கு மரங்கள்
உடல் பருக்கின்றன
உடனிருந்து பலம் தருவதாய்

எங்குச் சென்றாலும் வந்து கால் நீட்டி
சுதந்திரமாய்ப் படுத்துக்கொள்ள
வீடொன்றைக் கட்டி வைத்திருக்கிறார்
அதன் ஒவ்வொரு செங்கற்களிலும்
என்னைத் தாங்குகிறார்

எனக்கு என்னைத் தந்திருக்கிறார்
அவர் சாயலில்
தேகமும் ஆத்மாவும் அளித்துள்ளார்

எங்கும் செல்லவில்லை அப்பா
வீட்டிற்கும் வயலிற்கும்
என் வருகைக்காகத்தான் காத்துக்கொண்டிருக்கிறார்

சினமே பலம்

என்னால இப்ப
எதும் சொல்ல முடியாது
என்ன வுட்டுடுங்க
காத்து மாறி இங்கயும் அங்கயும் சுத்தனும்
வானம்மாறி எல்லா வடிவும் எடுத்து வாழனும்
கொளம்மாறி தேங்கி
பாசிப்புடிக்க எம்மேல தாமர அல்லி பூக்கணும்
இன்னிக்கு வந்த வெயிலாட்டம்
கொழுந்துவிட்டு நிக்கனும்
ஏரி ரொம்பி கரைய ஒடச்சிப் போகும்
மழையா பெய்யனும்
மரத்துல விழும் இடியா கோவப்படனும்
மின்னல் மாறி எம்பேச்சுப் பளிச்சிடனும்
மலையில பாறைய பொளந்து வளந்த
மரமாட்டம் நிக்கனும்
மண்ணுமாறி காலம்பூரா நெலச்சி நிக்கணும்
என்னால இப்ப
எதும் சொல்ல முடியாது
எதும் கேக்காதீங்க

திடீர் உற்சாகம்

எல்லாவற்றுக்கும் தயாராகத்தான் இருக்கிறேன்
எஞ்சியிருக்கும் இவ்வுடலின் பலத்தை வைத்து
பருத்த மலையுள் என்ன இருக்கிறது
உடைத்துப் பார்க்க வேண்டும்
ஆகாயம் தாண்டி என்னவெல்லாம் உள்ளன
கடலின் தரை எவ்வளவு ஆழத்தில் உள்ளது
உலகின் நீளம் எவ்வளவு நடந்து அளக்க வேண்டும்
கடல்போக மீதமிருக்கும் பூமியை ஈரமாக்கிப்
பெருக்கெடுக்குமளவு மழையாகப் பொழிய வேண்டும்
வளர்ந்து வேறூன்றி நூறாண்டுகள் மேல்நிற்கும்
மரங்களை வேரோடு சாய்க்கும்
சூறாவளியாய்ச் சுழன்றடிக்க வேண்டும் அல்லது
எப்பொழுதும் ஒரு நூறுபேரை
எதிர்த்து வாழ வேண்டும் அல்லது
இவ்வளவு தூரம் நடந்து வந்த சாலையிலிருந்து
திரும்பிச் சென்றிட அல்லது
இங்கேயே நின்றுவிட வேண்டும்
எல்லாவற்றுக்கும் தயாராகத்தான் இருக்கிறேன்

தெளியும் நீர்

இன்னும் தூரம் செல்வேன்
மொழி தெரியாத நாடு
வழிகள் தெரியாத ஊர்
தெரிந்த முகங்கள் இல்லாத இடம்
எந்நினைவுகளும் திரும்ப வராத இடமென
சென்று அங்கேயே இருப்பேன்
அங்குக் குளித்து
புதிய மனமும் உடலும் பெறக் காண்பேன்
மீண்டும் திரும்ப வருகிறபொழுது
என்னை மறந்திருப்பேன்
எல்லாவற்றிற்கும்
சில கேள்விகளையும் பதில்களையும்
ஆயுதமாக வைத்திருக்கக் காண்பேன்

வேரில் பூக்கும் மலர்

ஒரு சிநேகத்திற்குக் கிளையிலிருந்து
உதிராமலிருக்கும் இலையென
அவ்வளவு நேரம் காத்திருக்கின்றது
ஒரு சிறிய உரையாடலுக்கு
இரவில் தவளையெனக் கத்திக்கொண்டிருக்கின்றது
சிறிய சந்திப்பிற்குப்
புழுவென நெளிந்து ஊர்கின்றது
விட்டு வெகுதூரம் செல்லக்கூடாதென
நத்தையென அமர்ந்திருக்கின்றது
நினைத்துக்கொண்டே
கல்லென அமர்ந்திருக்க
மற்றதையெல்லாம் புறந்தள்ளுகின்றது
உள்ளத்தை அமைதிக்குத் திரும்பவிடாமல்
புளியங்காயெனத் தொங்கிக்கொண்டு இருக்கும்
என் குறியை அறுத்தெறிய வேண்டும்

மனம் வசிக்கும் இடம்

நான் எங்கே சென்றுவிடப்போகிறேன்
என்ன செய்துவிடப்போகிறேன்
யாரோடு இருந்துவிடப்போகிறேன்
இந்த வெளிச்சத்தைத் தாண்டி
அந்தப் பக்கம் செல்லமாட்டேன்
வழக்கம்போல் பதில்களையும் கேள்விகளையும்
எனக்குள்ளேயே வைத்து
மௌனமாய் இருந்துவிடுவேன்
உங்களுக்குத் தெரிந்தவரைத் தாண்டி
வெகுதூரம் செல்லேன்
இன்னும் சில கி.மீ தூரம்தான் செல்வேன்
ஒரு சிலரை மட்டுமே சந்திப்பேன்
பிறகு கூடு திரும்பும் பறவையெனத்
திரும்பவும் உங்களிடமே வந்துவிடுவேன்

ஓடும் காற்று

குறைந்தது
ஆயிரம் மனிதர்களைச் சந்திக்க வேண்டும்
ஆயிரம் சாலைகளில் நடக்க வேண்டும்
ஆயிரம் மரங்களின் வேர்களில் அமர வேண்டும்
ஆயிரம் முறை சண்டையிட வேண்டும்
ஆயிரம் ஆயுதங்களையும் கவசங்களையும்
உருவாக்கி வைத்திருக்க வேண்டும்
ஆயிரம் ஊர்களைத் தெரிந்துவைத்திருக்க வேண்டும்
ஆயிரம் நினைவுகளை ஏற்படுத்திக்கொள்ள வேண்டும்
ஆயிரம் வாழ்க்கையை வாழ வேண்டும்
ஆயிரம் நூல்களை வாசிக்க வேண்டும்
ஒரு நூறு பெண்களை அறிந்துகொள்ள வேண்டும்
சூம்பிப்போய்க் கிடக்கும் என் வாழ்க்கையில்
எழுந்து நடக்க
இப்போழ்து இந்த முடிவுகள் போதுமானவை

சொற்களின் சங்கிலி

ஒரு மௌனம் நம்மைத்
திரும்பிப் பார்த்துக்கொள்ளச் செய்தது
ஒரு சொல்
நமக்கிடையேயான கதவுகள் திறந்தது
சில சொற்கள் நம்மை இவ்வளவு தூரம்
இழுத்து வந்ததற்கான நம்பிக்கையைத் தந்தது
இன்னும் சில சொற்கள்
நம்மை இந்நடுவழியில் நிறுத்தியது
ஒரு பெரும்புயலைச் சுழற்றியது
வேறு சில சொற்கள்
நம்மைத் திரும்பிப்போகச் செய்தது
கதவுகளைப் பூட்டிக் கொள்ளச் செய்தது
சொற்களுக்குள்ளிருந்து நமக்கான
இடம் தேர்ந்து அமர்ந்துகொள்கிறோம்
செல்லும் பாதை மாற்றியமைத்துக்கொள்கிறோம்
உற்ற நபர் தேர்கிறோம்
நாம் எப்பொழுதும் சொற்களுக்குள்ளிருந்து
உயிர்வாழத் தொடங்கிவிட்டோம்
மிகத் தொலைவில் அல்லது மிக அருகில்

மனத்துணை

எங்கே இருக்கிறாள் அந்தப் பைத்தியக்காரி
ஏன் என் முன் இன்னும் தோன்றவில்லை
அவளுக்கு எப்பொழுது நினைவு திரும்பும்
என் நினைவு எப்பொழுது வரும்
அவளுக்கு என்னை வந்து சேரும்
வழியை யாரும் கூறவில்லையா
அவள் ஏன் அங்கேயே இருக்கிறாள்
அவளை யார்தான் பார்த்துக்கொள்கின்றனர்
என்னைப்பற்றி யாராவது மீண்டும் மீண்டும் கூறி
நினைவுபடுத்துங்கள்
ஏன் என்னைக் கண்டதும் யாரோபோல்
முகம் திருப்பிக்கொள்கிறாள்
ஏன் ஒரு சிறிய சமிக்ஞைகூடத் தராமல் செல்கிறாள்
எவ்வளவு காலம் காத்திருக்க முடியும்
நான் செல்கிறேன்
எனக்கும் நினைவு இழக்கத் தொடங்கிவிட்டது

அவரவரின் கதவுகளுக்குப் பின்னால்

எல்லாவற்றையும் மறந்துவிடுவார்கள்
உன்னை
அவர்கள் நீண்ட காலம் நினைவில் கொள்ளார்
உன்னைப்போல் நிறையபேர்
அவர்கள் நினைவில் உள்ளனர்
ஒவ்வொரு நாளும் அவர்கள் வாழ்வில்
புதியவர் பழையவர் வந்து போகின்றனர்
உன் வாழ்க்கையின் நீண்ட தூரங்களை
எப்படி அறிவர் அறியவும் விரும்பார்
உன்னோடு மட்டுமே
எப்படி எல்லாக் காலமும்
ஒருவரால் இருக்க முடியும்
உனக்குத் தெரியாமல்
அவரவர்களுக்கும் இருக்கின்றன
தனியே பகல்களும் இரவுகளும்

நானொரு பிழை

நானொரு தன்னம்பிக்கையற்ற இளைஞன்
அசுரத்தனமும் துடிப்புகளுமற்றவன்
துணிந்து மார்பை நிமிர்த்தி
நடக்கத் தெரியாதவன்
சொற்களால் அஸ்திரம் எய்தி
உள்ளங்களை அறியாதவன்
நோயாளிகளைப் போல்
நடுங்கி ஒடுங்கி அமர்ந்திருப்பவன்
வாழ்க்கையின் எல்லாத் திசைகளிலும்
தோல்வியுற்றவனாய் முடங்கியவன்
யாரின் நெஞ்சையும் ஓங்கிப் பிளக்காதவன்
எதையும் யாரையும் உடைத்துப் பிரித்துக்
களைத்து அறிந்து கொள்ளாதவன்
யாரொருவரையும் நானாகத் தேடிச் சென்று
நேசிக்கும் துணிச்சலற்றவன்
தேடி வந்து நேசிப்பவரையும்
கண்டெடுக்கத் தெரியாதவன்

ஓடாத கால்கள்

என் கண் முன்
ஒரு பனை மரம்
ஓர் ஈச்சை மரம்
வேம்பு தேக்கு
புளியம் முருங்கை
சிறிய பாறை
ஒரு வரப்பு
பற்பல அருகம்புல்
ஒரு சாலையும் சில மின்கம்பங்களும்
கிணறும் தொட்டியும்
பசுவும் கன்றும்
அவ்வளவுதான் என் அறிவும் உலகமும்
அவ்வளவுதான் என் பாதையில் இருக்கும் தடங்கள்
மேலும்
இன்னும் சில மைல்கள் தூரம்
அவ்வளவுதான் என் வாழ்க்கை

ஆயிரமாயிரம் வாழ்வளிக்கும் மண்

நான் அகன்று பரந்த நிலம்
நீங்கள் ஒவ்வொருவரும் ஒவ்வொரு விதைகள்
எனக்குள் சிலர் விழுந்து
முளைக்காமலேயே புதைந்துவிடுகின்றீர்
சிலர் முளைத்துச் சில அடி வேர்விட்டுச்
செடி கொடியாகி நின்று
சில காலம் கழித்துக் காய்ந்துவிடுகின்றீர்
சிலர் மரமாகி ஒரு சிறிய புயலுக்குக்கூட
தாங்காமல் சாய்ந்துவிடுகின்றீர்
சிலர் மரமாகி
கனி தரும் நேரத்தில் பட்டுப்போய்விடுகின்றீர்
சிலர் ஆழ வேர்விட்டுக் கிளை பல கிளர்த்திப்
பெயர்க்க முடியாதபடி விழுதுவிட்டு நிற்கின்றீர்
மீண்டும்கூட என் நிலத்தில் விழுங்கள்
எல்லா விதைகளும் வேர்விட
நிலம் ஒரு போழ்தும் மறுத்ததில்லை

மௌனத்தின் கண்கள்

இராகுலன் எங்கே செல்கிறாய்
என்ன செய்கிறாய்
உன்னால் இப்போழ்தைக்கு
ஒன்றும் செய்துவிட முடியாது
இங்கே வா
எல்லாம் மிகச் சரியாய் இருக்கின்றன
எதுவுமே பேசாமல் இங்கேயே இரு
அமர்ந்து எல்லாவற்றையும் பார்த்துக்கொண்டிரு
எல்லாம் புரியும்

போருக்குத் தனியாகப் புறப்படல்

அறையில் எனக்கு முன்பக்கச்
சுவரில் இரண்டு காலதர்களும்
சிறு அலமாரியும்
ஒரு சிறிய குண்டு பல்பு
மாலை நேரத்துச் சூரியனாய் ஒளிர்கிறது
பின்பக்கச் சுவரில் கதவும்
பக்கவாட்டில் ஒரு காலதரும் நீண்ட அலமாரியும்
வலப்பக்கச் சுவரில் ஒரு குழல்விளக்கு
ஒளிரத் தொடங்கும்
ஒவ்வொரு முறையும் தயங்கித் தயங்கி எரிகிறது
இடப்பக்கச் சுவர் ஏதுமற்று மௌனமாய் நிற்கிறது
மேல் சுவரில் ஒரு காற்றாடி
அசௌகர்யமான இசை எழுப்பிச் சுழல்கிறது
தரையில் சுவரில் பூசிய
வண்ணங்கள் கொட்டிக்கிடக்கின்றன
ஒரு மேசை கட்டில் நாற்காலி
ஆறு பக்கமும் சுவர்களாலான அறைக்குள்
என்னோடு யாருமில்லை
நான் மட்டும் இருக்கிறேன்
உடன் என் மனம் இருக்கிறது
இப்பொழுது
நாங்கள் இருவரும் தனியாக
எங்கள் வாழ்க்கையை வாழத்தொடங்கி இருக்கிறோம்
நாங்கள் எங்கும் வரவில்லை விட்டுவிடுங்கள்

என்னிடம் இருக்கும் நான்

இன்னும்
இன்னும் எத்தனை முறையானாலும்
என் நிலத்தை உழுவேன்
கையளவு விதைகளை
ஒவ்வொரு முறையும் தூவுவேன்
வானம் எத்தனை முறை பொய்த்தாலும்
நிலத்திலேயே நின்றிருப்பேன்
விதைகள் தீர்ந்தால்
நானே விதையாக விழுந்து
முளைப்பேன்
ய்
மா
ச
ட்
ரு
வி

பலத்தில் நீளும் வாழ்வு

உங்களைத் தேடி வரும் ஒவ்வொரு முறையும்
ஓடும் பேருந்திலிருந்து தொடர்வண்டியிலிருந்து
விமானத்திலிருந்து தள்ளிவிடுங்கள்
சாலையைக் கடக்கும்பொழுது
எட்டுச் சக்கரச் சரக்குந்தின் சக்கரத்திற்கடியில்
கால் நனைக்கச் செல்கையில்
அருகில் யாருமற்ற கடலில்
நீரற்ற கிணற்றில்
ஆயிரம் தாமரைகள்
அல்லிகள் மலர்ந்த குளத்தில்
உயர்ந்த
உங்கள் வீட்டு மாடியிலிருந்து தள்ளிவிடுங்கள்
மேலும் இப்பொழுதே
வழக்கமாகப் பருகும் தேநீரில்
இனிப்பான விடமருந்து கலந்து கொடுங்கள்
வீட்டிலேயே என்னைப் பூட்டி வைத்துவிடுங்கள்
கழுத்தில் உங்கள் பாதங்களை அழுத்துங்கள்
என்மேல் எண்ணெய் ஊற்றித் தீயிடுங்கள்
தூங்கும்பொழுது மட்டும் ஏதும் செய்ய வேண்டாம்
யாரால் எப்படிக் கொல்லப்பட்டேனென
நினைவில்லாமல் போய்விடும்
அத்துடன் என்னைவிட்டு இன்னும் தூரம் தூரம் சென்று
அல்லது அருகில் வந்து வந்து
எப்படியாவது என்னைக் கொல்லுங்கள்
ஏதும் நினைத்துக்கொள்ளமாட்டேன்
இப்பொழுதே
என்னைக் கொல்லத் தொடங்குங்கள்
மீண்டும் மீண்டும் உயிர்த்தெழுவதைவிட
பெரிதாய் என்ன வேண்டும் எனக்கு

கடலின் துயரம்

கடல் எவ்வளவு பெரிதாக இருக்கிறது
மூழ்கி மூழ்கி எழுகிறேன்
மனத்தின்
ஒரு நினைவுகளைக்கூட
அதனால் கரைக்க முடியவில்லை

புதிய விருட்சத்தில் நிலைபெறும் மனம்

மீதமிருக்கும்
என் வாழ்க்கையில்
ஒரு சிறிய வெடிகுண்டை வீசுகிறேன்
எல்லாவற்றையும் தகர்க்கிறேன்
எல்லாம் உதிர்ந்து உதிர்ந்து கீழ் வீழ்வதில்
எல்லாத் திசைகளும் கண்களுக்குப் புலப்படுகின்றன
உலகம் எவ்வளவு பெரிதெனத் தெரிகிறது
கடல் எவ்வளவு நீளமானது என்பதைக்
கண்ணால் அளக்கிறேன்
நின்ற இடத்திலிருந்து உலகைச் சுற்றிப் பார்க்கிறேன்
சில வித்துக்களை மட்டும் தூவுகிறேன்
நீர்த்தெளித்து வேலியமைத்துப்
பாதுகாத்து அருகில் சென்று அடிக்கடிப் பார்க்கிறேன்
எனக்குப் புதியதாய் முளைக்கும்
சில செடி கொடி மரம் இப்போழ்தைக்குப்
போதுமானதாக இருக்கின்றன

பறத்தலுக்குப் பெயர் தேடல்

என்னை விட்டுவிடுங்கள்
யாரும் தேடி வர வேண்டாம்
எதையும் நினைவுபடுத்த வேண்டாம்
எந்த உடைகளும் தேவையில்லை
தங்கும் வீடும்
யாராவது விரும்பினால் வழியில்
உணவு மட்டும் கொடுங்கள்
இல்லாவிட்டால் இன்னும் உத்தமம்
அடிமேல்
அடி வைத்துப் போய்க்கொண்டே இருக்க வேண்டும்
சோர்வுற்றால் வழியிலேயே படுத்துக்கொள்கிறேன்
எல்லாவற்றையும் கழற்றி விட்டுவிட்டு
எவ்வளவு தூரம் போகிறேனோ போகிறேன்

ஒழுக்கத்தின் குறுக்குவெட்டுத் தோற்றம்

28 நடந்துகொண்டிருக்கிறது
இன்றுவரை எந்த யுவதியிடமும் சென்று
உன்னை விரும்புகிறேன்
மேலும் மேலும் விரும்புவேன்
நீ என் நிலம் நீளும் வானம்
ஒளிரும் நட்சத்திரம் கடல் சேர்க்கும் நதி
ஒருபோழ்தும் சொல்லியதில்லை
நேசிப்பதாகச் சொல்லியவளையும் நேசிக்கவில்லை
என்னை நேசிக்கத் தொடங்குகையில்
உன்னைவிட்டு வெகுதூரம் சென்றிருப்பேனென
அடிக்கடிச் சொல்லி வருகிறாள்
இப்பொழுது
யாரையும் நேசிக்க நேரமில்லை வயதும்
எல்லோரும் யாரையாவது
நேசித்துக்கொண்டுதான் இருக்கிறார்கள்
நான் மட்டும் ஏன் நேசிப்பதைப்
பேராசை கொள்வதென
அருவருப்பாகவும் குற்றமாகவும் எண்ணுகிறேன்
இப்பொழுது
வேகவேகமாய்ப் பின்பற்றி வந்த
யாவற்றையும் தீயிட்டுக் கொளுத்துகிறேன்
கொழுந்துவிட்டு எரிகிறது என் வாழ்க்கை

உடைத்தலில் உருவாகும் புதியன

என்னை
இங்கேயே
இப்பொழுதே விட்டுவிடுங்கள்
இங்கேயே இருந்துவிடுகிறேன்
இந்த மரத்தின் கீழே அமர்ந்துகொள்கிறேன்
எதுவும் கேட்காதீர்கள்
என்னால் எதுவும் பேச முடியாது
எந்தக் கேள்விகளும் என்னிடம் இல்லை
பதில்களும்
நீங்கள் எங்காவது செல்லுங்கள்
ஏதாவது செய்யுங்கள்
நாம் மீண்டும் சந்திக்காமல் இருப்போம்

இரணங்களின் ஆயுதம்

உங்களைத் தேடி வருகிறேன்
கதவுகளைத் தாழிட்டுக்கொள்கிறீர்
வேகமாய்க் காலதர்களையும்
உள்ளிருந்து குரலைக் கசியவிடுகிறீர்
வெளியே நிற்கிறேன்
சுற்றி யாவரும்
நிறைய கேட்கிறீர்கள்
பதில்கள் தந்தால்
காலதர்கள் கதவுகள் திறப்பதாக
நான் ஏதாவது குரலெழுப்ப
வேகமாய் உடலதிர
யாவற்றையும் மூடி உள் செல்கின்றீர்
மீண்டும் கேட்கத் தொடங்குகிறீர்கள்
அளிக்கும் ஒவ்வொரு பதிலிற்கும்
என் உடைகள் கழலுகின்றன
பின் உள்ளாடைகளும்
என் நிர்வாணத்தை உள்ளிருந்து ருசிக்கிறீர்
நெடுநேரம் காண்பித்துக்கொண்டிருந்தேன்
தேடி வரும் ஒவ்வொரு முறையும்
இதன் பிறகாவது
கதவுகளைத் திறப்பீரெனக் காத்திருந்தேன்
பின்புதான் சந்திக்கும் ஒவ்வொரு முறையும்
கொலை செய்யத் துணிந்தேன்

நமக்கிடையே அலையெழுப்பும் சொற்கடல்

ஒரு சொல்தான்
நமக்கிடையே
கோடுகளைக் கிழித்தது
பிறகு சில சொற்கள் வேலிகளை நட்டன
இன்னும் சில சொற்கள்
அங்கங்குக் கன்னிவெடிகளை வைத்தன
மேலும் சில சொற்கள்
ஒருவரை ஒருவர் குத்திக்கொள்ள
கூரிய கத்தியை வழங்கியது
கூடுதலாகச் சில சொற்கள் நம்மைத்
திரும்பிப் பார்க்க விடாமல் வெகுதூரம்
அழைத்துச் சென்றிருந்தன
கடைசியாய்க் கொட்டிய சில சொற்கள்
நிழலெனப் பின்தொடர்கின்றன
முன்பு எப்பொழுதோ எறிந்த சில சொற்கள்
குளத்தில் விழுந்து
அடியாழத்தில் தேங்கிய கற்களென
உயிர்க்குளத்தில் விழுந்து தேங்கிக்கிடக்கின்றன
அவை மேலும் மேலும் ஓயாது
வளையம் வளையமாய் அலைகள் எழுப்புகின்றன
எப்போழ்தும்
நமக்கிடையே இந்தச் சொற்களைத் தவிர
வேறொன்றுமில்லை

பற்றிப் படரத் தவழும் கொடி

யாரோ ஒருவரின்
பாதங்கள் பற்றிட நினைக்கிறேன்
பாதங்களில்
பாத விரல்களின் இடுக்குகளில்
விதையென முளைவிட முயல்கிறேன்
மலர் சருகென உதிர்ந்து இளைப்பாற எண்ணுகிறேன்
இறுகப்பிடித்துக் கொடியென நீளத் துளிர்க்கிறேன்
வீடென நிழல் வேண்டி
அடைக்கலம் எதிர்நோக்கித் தவழ்கிறேன்
எனக்கு எதுவும்
என்ன செய்வதென்றும்
எங்குச் செல்வதென்றும் தெரியாது
பார்த்துக்கொள்வீரென நம்பிக்கையில்
முழுதாய் விழுகிறேன்
பாதங்களைத் துழாவுகிறேன்
சிலர் பாதங்கள் காண்பிக்கிறீர்
சிலர் சில அடிகள் பின்னோக்கி நகர்ந்து செல்கிறீர்
சிலர் காத தூரம் திரும்பிச் செல்கிறீர்
சிலர் முகஞ்சுழிக்கிறீர்
சிலர் தலையை வருடிக்கொடுக்கிறீர்
சிலர் மௌனமாய் நிற்கிறீர்
நான் வேகவேகமாய்ப் புறப்பட்டு
இரவே இல்லாமல்
பகற்பொழுது மட்டுமே
உள்ள உலகொன்றில்
ஒரு பெரும் மலையின் உச்சியில்
கடும் வெயிலில் நின்றிருக்கிறேன்
இன்னும் நின்றபடி இருக்கிறேன்
பாறையில் முளைத்த மரமாய்
யாரோ ஒருவரின் நிழல் வேண்டி

ஊ ஞ் ச லா டு ம் நி னை வு

இலகுவாக உதிரும் சருகு
அவ்வளவு மெதுவாய்
நினைவூட்டுகிறது கடந்த காலங்களை
இன்று சுற்றித் திரிவது
நேற்றும் நேற்றுக்கும் முந்தைய நினைவுகளால்
நாளை சுற்றப்போவது
இன்றுக்கும் முன்னுள்ள இன்றைய நினைவுகளால்
இன்றுக்குள் நேற்றும் நாளையும்
மாறி மாறிக் காலம் ஊஞ்சலாட வைக்கிறது

லை
நி
கொ ம ளா
ள்
ல்

உன் விருப்பங்களில் அமையும் என் பாதை

எங்கிருக்கிறாய்
என்ன செய்கிறாய்
ஏன் என்னைத் தேடி இன்னும் வரவில்லை
இத்தனை ஆண்டுகளாகக் காத்திருக்கிறேன்
விரைந்து வா
யாரிடமாவது வழிகேட்டு வந்தடை
என் அருகில் அமர்ந்துகொள்
உனக்கு என்னை நிழலாகத் தருகிறேன்
யாரிடமும் சொல்லாமல் வைத்திருந்ததை
சொல்லிவிடுகிறேன்
நான் மட்டுமே நடந்து சென்ற
செல்லும் பாதைகளில் அழைத்துச் செல்கிறேன்
கடந்தகாலத் துயரங்களை எண்ணி
உன் கரங்களைப் பற்றி
சிறிது நேரம் அழுதுகொள்கிறேன்
நீ கேட்க நினைப்பதையெல்லாம் கேள்
சொல்ல நினைப்பதையெல்லாம் சொல்
சிறிது காலம் என்னோடு இரு
அதன்பின் நீ விரும்பும் காலம்வரை இரு

கூட்டிற்குத் திரும்பாமல் பறத்தல்

கூடுகள் நெ டி ய தூ ர ம் செல்லவிடாமல்
திரும்ப அழைக்கின்றன
புதிய வனங்களை வலம் வர
நேரம் தர மறுக்கின்றன
அடிக்கடிக் கூடுகளின் தரம் பற்றி
நினைவூட்டுகிறது அழுத்தமளிக்கிறது
ஒன்றிலிருந்து வேறு வேறு கூடென
மாறி மாறி அடைபடும் சிறுபட்சி என் வாழ்வு
எவ்வளவு தூரம் சென்றாலும்
கூட்டிற்குள் இருப்பதாகவே நினைவு
கொடியில் தொங்கும் புடலங்காயெனச்
சிறு சிறு கூண்டுகள் தொங்கவிடப்பட்டிருக்கின்றன
ஒவ்வொரு கூட்டிலும் அளவிடப்பட்டு வைக்கப்பட்டுள்ளது
என் வாழ்வும்
என் ஒவ்வொரு நாளும்

போரை விரும்பாத அடிமை வாழ்வு

எல்லாமுறையும்
கீழே விழுந்து உடைந்து
கிழிக்கும் சில்லுகளாகிவிடக்கூடாதெனப்
பானையைக் காப்பதென மௌனம் காக்கிறேன்
மௌனத்தை உடும்பாய்ப் பிடித்துத் தொங்குகிறேன்
உங்கள் சொல்வழி நிழலாய் பற்றி வருகிறேன்
விருப்பங்களைக் குறிப்பறிந்து நிறைவேற்றுகிறேன்
உள்ளப்போக்கின் திசையறிந்து
என் குதிரையைச் செலுத்துகிறேன்
தவறேயாயினும் சுட்டிக்காட்டாது
எனக்கு நானே பேசிக்கொள்கிறேன்
உங்கள் சொல் செயல் பின்னே
மனத்தை விலங்கிட்டு
அடிமையாக நடந்து வருகிறேன்
இப்பொழுதுவரை கோழையாகவே இருந்து வருகிறேன்
ஒரு சொல்லும் உங்களுக்கெதிராய் எய்யாமல்
அல்லது என் மனத்தில் இருப்பதை
அவிழ்க்காமல் இருக்கிறேன்
நன்கறிவேன்
நீங்கள்
என் விடுதலையை
எனக்கென ஒரு பாதை இருப்பதை
வாழ்வு இருப்பதை ஒரு போழ்தும் விரும்பாதவர்கள்

உரையாடலின் அறுவடை

கேட்கும் கேள்விகளிலிருந்தும்
அளிக்கும் பதில்களிலிருந்தும்
கடைபிடிக்கும் மௌனத்திலிருந்தும்
நமக்கிடையேயான தூரத்தை
நாம் அமைத்துக்கொள்கிறோம்
தொடர்ந்து எழுப்பும் கேள்விகள்
உடைத்து உடைத்து உள் பார்க்கிறது
தொடர்ந்து அளிக்கும் பதில்கள்
திறந்துத் திறந்து உள் காண்பிக்கிறது
தொடரும் மௌனம்
இருவரிடமும் திறவுகோலை அளிக்கிறது
பூட்டினால் திறக்கவும்
திறந்தால் பூட்டவும்
கேள்வியும் பதிலுமற்ற உரையாடல்
நாம் சந்திப்பதற்கு முன்பு இருந்த இடத்திலேயே
நம்மைவிட்டு விடுகிறது

பெண் உலகம்

நினைத்துக்கொண்டிருந்தேன் 26 வயதுவரை
ஸ்திரீகள் இந்தப் புவியைச் சாராதவர்கள்
மானுட மொழி அறிந்திராவர்கள்
கதிரவன் வரும்பொழுது
பூமிக்கு வருபவர்கள்
மறையும்பொழுது வேறு உலகு சென்று
மீண்டும் காலை வருபவர்கள்
உடலில் வியர்வை தோன்றாதவர்கள்
உடலிலிருந்து எப்பொழுதும் நறுமணம் வீசுபவர்கள்
எதிர்பாலுணர்வு மேலோங்குவதை விரும்பாதவர்கள்
சிறுநீர்க் கழிக்க மாட்டாதவர்கள்
மலம் கழிக்க மாட்டாதவர்கள்
அந்தந்த வயதில் இருப்பவர்கள்
வயது கூடாமல் அதே வயதிலும்
அதே உடல் வடிவோடும் இருப்பார்கள்
மேலும் ஸ்திரீகள் மரணம் அடையாதவர்களென
நம்பிக்கொண்டு இன்னும் இன்னும்
தனியே இருக்கிறேன்

சந்திப்பில் வேர்விடும் மனம்

குறிப்பிட்ட ஒருவரிடம்
என்னைத் திறந்து காண்பிக்க வேண்டும்
பழமென உரித்து
அழைத்துச் செல்ல வேண்டும்
கடந்து வந்த பாதைகளில்
விபத்துக்குள்ளான
இடத்தைக் காட்ட வேண்டும்
வீட்டையும் அலமாரிகளையும்
தோட்டத்தில் அண்மையில் நட்டு
வளர்க்கும் மரத்தையும்
நாட்குறிப்பேட்டையும் அருகில் அமரவைத்துப்
பார்க்க வைக்க வேண்டும்
நினைப்பது
எல்லாவற்றையும் பேசிவிட வேண்டும்
பின் ஆடைகள் யாவும்
களைந்து காண்பிக்க வேண்டும்
கனவுகளை வரைந்தும் தர வேண்டும்
இனி என்னோடு இருப்பதும்
பின்தொடர்ந்து வருவதும் அல்லது
திரும்பிச் செல்வதும் அவரவர் விருப்பம்

கிளைகளில் மலரும் முட்கள்

சவரம் செய்கையில் வெட்டிய காயத்தின் வடு
எதிர்பாராது எறும்புப் புற்றில் கால் வைத்தபோழ்து
கடிக்கும் எறும்புகள்
விசிறிக்கு வெட்டிய போழ்து
பனையோலை இடுக்கிலிருந்து
வந்து கொட்டும் செங்குளவி
மழைக்கு ஒதுங்க சுவர் விரிசலிலிருந்து
வந்து காலில் கொட்டும் தேள்
கால்களை முன்னோக்கி வைக்க
தடுக்கிக் குத்தும் கல் முள்
ஓடுகையில்
குத்திக் கிழிக்கும் கண்ணாடித் துண்டு
வயது முதிர்ந்த மரத்தை
இருபக்கமும் பற்களால் அறுக்கும் ரம்பம்
அழுகிய பழங்களிலிருந்து வரும் வாசம்
நுனிக்கிளையிலிருந்து தாவும் குரங்கு
காத்திருந்து கொழுத்த தவளையை
இரவில் விழுங்கிச் செரிக்கும் பாம்பு
வழியெங்கும் அவ்வப்பொழுது
தாகந்தீர்த்துக்கொள்ள பருகும் நீர்
மேலும்
அன்பென்பது வேறொன்றுமல்ல விஷம்

சொற்களால் அமைக்கப்பட்ட பாலம்

என் சொற்களில்
தாகம் தீர்க்கும் நீர்
உடன் அழைத்துத்
தூக்கிப் பறக்கும் சிறகுகள்
நெஞ்சத்தின் கட்டுமானங்களைக்
களைத்துப்போடும் சூறாவளி
திறந்து கூரிட்டுப் பார்க்கும் ஆயுதங்கள்
மனம் பற்றி உள்புகும் வேர்
கனி தராமல்
வழியில் நிழல் தரும் மரமென எதுவுமில்லை
பின் உடலெனும் வேலி தாண்டி
உடலுள் நின்று எப்படிச் சுழல்வது
சாரமற்ற சொற்களால்
எப்படித் திறப்பேன் உன்னை
எப்படித் திறந்து காண்பிப்பேன் என்னை
எந்த வழியில் செலுத்துவேன் உன்னை
எந்த வழியில் அழைத்துச் செல்வேன் என்னை
என்னிடம் இருக்கும் சொற்கள்
நீண்ட தூரம்
என்னைச் சுமந்து செல்லும் வலுவற்றது
வழியெங்கும் சொற்களைப் பொறுக்குகிறேன்
என்னிடம் வைத்துக்கொள்ளவும்
உனக்களிக்கவும்

உடலுக்குள் குடிபுகுதல்

நிலத்துள் நீர் ஓடியதாய்
நெருப்பில் வெளிச்சம் அடங்கியதாய்
காற்றுள் ஓசை அலைவதாய்
வெளிச்சத்தில் வண்ணங்கள் சிறைபட்டதாய்
சொல்லில் பொருள் தங்கியதாய்
மலையுள் மௌனம் ததும்பியதாய்
உடல் முழுவதும் மட்டுமே
சிறகு விரிக்கிறேன்
இடியென வெடித்துச் சிதறி
நிலைகொள்ளா மேகமாய் ஒழுகித் திரிய
நெடுங்காலமாய்க் காத்திருக்கிறேன் உடலுள்

திக்கெட்டும் சுற்றல்

இன்னும் தூரம் செல்ல வேண்டும்
வழியில் நாம் சந்திக்கிறோம்
நாம் கடந்த
வந்த பாதை வேறு வேறு
சந்தித்தவர்கள் பற்பல
நின்ற இடம் சிற்சில
யார் யாருடனோ பயணம் செய்திருக்கிறோம்
மனக்கதவு திறந்து காண்பித்துக்கொள்வோம்
யாருடன் யார் வருவதெனப் புறப்படுவோம்
அல்லது அவரவர் வழியில்
இன்னும் தூரம் செல்வோம்

யுவதியின் நறுமணம்

என் நிழலில் அங்கஹீனம் ஏற்பட்டிருந்தது
சாமுத்திரிகா லட்சணங்கள் பொருந்திய யுவதியை
நிழலாய்ப் பின்தொடர முடியவில்லை

கருவிழியில் காலதர்களின் கம்பிகளென
வேலிகள் நடப்பட்டிருந்தன
அவள் கண்கள் உற்றுநோக்கிச் சொல்மழை
பொழியாமலிருக்க

வயோதிகம் கூடியிருந்தது
அருகில் நின்றோ அமர்ந்தோ
மனத்தில் உழவு செய்து விதைகளிடாமலிருக்க

யுவதியைத் தேடுவது சந்திப்பது
உடன் பயணம் செய்வது
தொழுநோயாளியுடன் இருந்து வருவதென
விலக்கி வைக்கின்றனர்

எல்லாவற்றையும் விட்டுவிட்டு
மேலும் மேலும் தனியாக இருந்தபோது
பின்பற்றிய என் ஒழுக்கத்திலிருந்து வீசும் துர்நாற்றம்
என்னை மேலும் மேலும் சூழ்கிறது

உரையாடல்களால் கட்டப்படும் வீடு

நிகழ்ந்த உரையாடலை
மீண்டும் எனக்குள் நிகழ்த்திப் பார்க்கிறேன்
முன்வைத்த கேள்விகளுக்கும் பதில்களுக்கும்
மறுபடியும் பதிலளித்துக் கேள்வியெழுப்பி
அசைபோடுகிறேன்
நிகழ்ந்தவற்றிற்கு இப்பொழுது மறுகேள்வியும்
மறுபதிலும் மறுவிளக்கமும் அளிக்கத் துடிக்கிறேன்
கடந்துவிட்ட மனிதர்களின்
நிழல் கொணர்ந்து வந்து தொடர்கிறேன் உரையாடலை
திடீர் மழையில் முளைத்த விதையாய்
என்ன செய்தாலும் அறுபடாமல்
நமக்குள் திடீரென முகிழ்க்கின்றன
எஞ்சியிருக்கும் நம் விடுபட்ட உரையாடல்கள்

தன்னைத்தானே உயிர்ப்பிப்பது

ஒன்றுமில்லை விடுங்கள்
இலை நனைத்துத் திரண்டு
நுனியில் தேங்கும் துளியாய்
கண்களில் திரளும் நீரை
உற்றுநோக்க வேண்டாம்
அடுப்பிலிருந்து வெளிவராத நெருப்பென
மனத்தில் குமைகின்றன எல்லாம்
அடுப்பின் மேல் வெளிவர முடியாமல்
பாத்திரத்தினுள்ளேயே கொதித்தெழும் நீராய்
நெஞ்சிலும் தொண்டையிலும் வார்த்தைகள்
தகிக்கும் என் வார்த்தைக்காகக்
காத்திருக்க வேண்டாம்
விபத்தில் முழங்கால்களை இழந்ததாய்
அமர்ந்திருக்கிறேன்
சமாதானம்பெற்று உடன்
நடந்து வருவேனென எதிர்பார்க்க வேண்டாம்
ஒன்றுமில்லை விடுங்கள்
கொஞ்சம்
சாம்பலாய்ப் பூத்து மலர்ந்துகொள்கிறேன்

வெளிக்கொட்டுவது

அவசரமாய்ச் செல்ல வேண்டும்
வழிமறிக்காது விடுங்கள்
என் அறையின் திறவுகோலைக் கொடுங்கள்
என் நாற்காலி மேசையை மட்டும்
துடைத்துத் தாருங்கள்
மற்ற விளக்குகள் யாவும் அணைத்து
எண்ணெய் இட்டு மண்விளக்கை
அருகே ஒளிரவிட்டுச் செல்லுங்கள்
அருகில் வர வேண்டாம்
ஏதும் பேச வேண்டாம்
கதவு காலதர்களைத் தாழிட்டுப் புறப்படுங்கள்
வரப்பில் நீர்க் கசிவதாய்
மேலும் கொஞ்சம் அழுதுகொள்கிறேன்

பானையை உடைத்து நீரூற்றுதல்

கன்று தாய்விட்டு நீங்கா
குஞ்சு கூடுவிட்டுப் பறந்திடா
பிறகு உனை நீங்குவதாக எப்படி நம்பினாய்
பால் மறந்திடாத நாய்க்குட்டியாய் இருந்தும்
நினைக்காமல் இருப்பதாக எப்படி நினைத்தாய்
வேர்விட்டு இடம்பெயராமல் மரமாகி நின்ற பின்னும்
வேறொருவரை நேசிக்கக்கூடுமென
எங்ஙனம் கனவு கண்டாய்
பெய்யும் கனமழையில் எந்தத் துளியிலிருந்து
அன்பு என்னிடமில்லையென எப்படி அளந்தாய்
உனக்குத் தெரியாமல்
எனக்குள் எதையும் வைத்திருக்கவில்லை
பிறகெப்படி
எனை உடைத்துப் பார்த்தாய்
சேர்த்து அடுக்கிடாமல் அப்படியே விட்டாய்

பழிவாங்குவது

என் மௌனம் கலைப்பவர்கள்
செவிடாகக் கடவதாக
என்னைச் சந்தேகிப்பவர்களின் கண்களை
மரங்கொத்திக் கொத்தக் கடவதாக
என்னை எடையிட்டுப் பார்ப்பவர்கள்
நோய்ப்பட்டுக் கிடக்கக் கடவதாக
என்னை இடறிவிழ நினைப்பவர்கள்
முடக்குவாதம் பெறுவதாக
என்னைச் சொற்களால் துளையிடுபவர்கள்
ஞானமற்றுப் போவதாக
என்னை மறைவாக நின்று பார்ப்பவர்களின்
தலைமேல் மலைகள் சரிவதாக
என்னை அழவைப்பவர்களின்
இளமை குன்றுவதாக
இதற்கு மேலும் நின் பாதைகள் மறந்து
நின்ற இடம் நின்று கிடந்து
எனக்காகக் காத்திருக்கக் கடவதாக

அணிகலன்கள்

எல்லாவற்றையும் உதிர்த்து
மௌனம் கொண்டு நிற்கும் மரமாக

கிளை பற்றியிருக்கும்
இலை
காற்றில்
நொடிக்கு நொடி
அசைந்து தவிப்பதாய்
விடுபட நினைக்கிறேன்
உடலுக்குள்ளிருந்தும்
என்னிலிருந்தும்

எவ்வளவு முயன்றும்
ஒவ்வொரு முறையும் புதுத்தளிராய்
ஒவ்வொரு இலையுதிர்காலத்திற்குப் பிறகும்
துளிர்த்துவிடுகிறேன்
நிறைய இலைகளோடும் மலர்களோடும்

அம்பு

அவ்வப்பொழுது விதையென மெல்ல முட்டி
மேலெழும்பிப் பார்க்கிறது
நீண்ட நேரம் பெய்த மழைக்குப் பின்னும்
மூழ்கி அழுகாது அங்குலம் வளர்ந்திருந்தது
காட்டுத் தீயில் தப்பிப் பிழைத்த
வளரும் மரமாய் நின்றிருந்தது
சூறாவளிக்குப் பின்னும் சாயாத மரமாய் நிமிர்ந்திருந்தது
மரத்தில் படர்ந்த கொடி
மரத்திற்குத் தந்த வடுவாய்ப் படிந்திருந்தது
உடல் முழுதும் வேர் கிளை பரப்பி
நெஞ்சை உறிஞ்சி எடுக்கின்றது
போகும் வழியில்
உதிர்த்துவிட்டுச் சென்ற சொல்

மெய் தீண்டல்

சளிப் பிடித்து மூக்கடைக்கிறது
வாய்வழி சுவாசிக்கிறேன்
தலை புற்றுகட்டியதாய்க் கனக்கிறது
கூட்டில் நனைந்த காக்கையாய் உடல் நடுங்குகிறது
சருகுகளைப் போர்வையாய்க் கோர்த்து
கிழவனாய்
கால் மடக்கிச் சுருண்டு அமைதிகொள்கிறேன்
உடற்சூடு மெல்லத் தகிக்கும் சுடுநீராய்க் கொதிக்க
வார்த்தைகளற்று லயித்து
மறக்க முடியாத நினைவுகளை நினைத்து ஆனந்தமாய்
வெப்பம் சுமந்து ஒரு மலர் மலர்வதாய் மலர்கிறேன்
எங்கிருக்கிறாய் அருகிலா தொலைவிலா

தடுக்கித் தடுக்கி விழுவது

சில நேரம் துணிந்தும் விருப்பத்திற்கும்
அழுத்தத்திற்கும்
முடிவு எடுக்க வேண்டியதாகிறது
யாரிடம் சென்று
பிழைகளைச் செய்ய முடியும்
நீங்கள்தான் நானறிந்த முகங்கள்
எல்லா முறையும் வேண்டாம்
இந்த முறை மௌனம் காக்கவும்
அடுத்த முறை சுட்டிக்காட்டவும்
அதற்கடுத்த முறை மன்னிக்கவும்
அதற்குமடுத்த முறை பிழை செய்யாதிருக்க
கை பிடித்து அழைத்துச் செல்ல வேண்டுகிறேன்
கூடுதலாய் நடக்கும் திசையெல்லாம் உடன்வந்து
வழிகாட்டிட நிற்கிறேன்

பிழையால் விரிந்த விரிசலின்
இதே இடைவெளியில்கூட நின்றுகொள்ளலாம்
தவழ்ந்து தவழ்ந்து எப்படியேனும்
பிழைகள் உணர்ந்து தம்மிடம் வந்து சேர்கிறேன்
காலம் எடுக்கும் பொறுத்துக்கொள்ள வேண்டுகிறேன்
முடியாதெனில்
என் பிழைகளை வருடிக்கொடுக்க வேண்டுகிறேன்

விழுங்கிச் செரித்திடுதல்

மௌனத்திற்குத் திரும்பும்போதெல்லாம்
வந்து முன் நிற்கிறீர்கள்
உடன் யாரும் வேண்டாமென
நடந்து செல்கையில்
எதிரில் தட்டுப்படுகிறீர்கள்
என் சொற்கள் மழையற்றுக் காய்ந்திருந்தபோது
உரையாட வந்திருந்தீர்கள்
அருகிருந்தபோது வேறு யாரோ ஒருவரின் நினைவிலும்
தூரம் சென்றதும் குரலெழுப்பினீர்கள்
கனவுகளுக்கு நீரூற்றுகையில்
சூரியனை அருகில் நிறுத்துகிறீர்கள்
முதல்முறை வானவில் காணக் காத்திருந்தபோது
வானத்தில் அங்கங்கே
தீ வைத்தீர்கள்
எல்லாவற்றையும் மீறி
மழைக்கால மேகத்தில் மலரென முகிழ்த்தபோது
கொலை செய்யக் காத்திருந்தீர்கள்

பொருளுணர்க

மழையற்று வெடிப்புறும் வயலாய்
நம் சந்திப்புகள்
மங்கி எரியும் சாலை விளக்காய்
நம் பயணங்கள்
மறதியில் தவறவிட்ட ஒன்றாய்
நம்மைத் தவறவிட்டுக்கொண்டோம்
வெளிச்சம் வற்றி இருளுக்குத் திரும்புவதாய்
பிரிந்துவிடுகிறோம்
நிறுத்தத்தில் இறங்கும் பயணியாய்
பயணம் தொடர்ந்துகொண்டோம்
கடனைத் திருப்பி அளித்ததாய்
முறிந்துகொண்டோம்
பின்
சருகாகி
புதுத்தளிர் கொள்ளும் மரமாக
நாம் உயிர்த்துக்கொள்கிறோம்
பின்
இணைந்தே இருக்கும் பாலமென
யாரிடமும் இதே அன்பைத் தொடர முடியாது
முழம் பிரிக்க அறுபடும் மலர்ச்சரடாய் அறுபடுகிறேன்
இப்பொழுது
அன்பின் பொருளைப் பெற யாசகனாய்
இன்னும் இன்னும் நடந்து செல்கிறேன்

தன் பிம்பம் கண்டெடுத்தல்

குடித்து வீசியெறியப்பட்ட இளநீர்க் குடுக்கை
பால் மறப்பதற்குமுன்
தாயிடமிருந்து பிரிக்கப்பட்ட நாய்க்குட்டி
கழுத்து அறுபட்டதும் பீறிடும் குருதியின் குரல்
வயலில் காத்திருந்த
கொக்கின் அலகில் சிக்கிய புழு
சாலை கடக்க முடியாமல் அடிபட்ட பூனை
மலையிடுக்கில் முளைத்த வித்து
வேலியில் தொற்றிப் படர்ந்த கொடி
சேர்ந்து களைந்து
களைந்து சேரும் மேகம்
நிரம்பிய ஏரியில் ததும்பும் அலை
முகிழ்ந்த மலரின் ஓர் இதழென
விரிகிறேன் நான்

துயரங்களின் ஊற்றுக்கண்

ஒரு மீளாத்துயரில் இருப்பதாய்
எப்படி நான் அறிவித்துக் கொள்வது

ஒருவழியாய் அறிவித்தாலும்
என் துயர் உங்கள் துயராகாது
உங்கள் துயர் என் துயராகாது

என் துயரங்களை மிகவும் இரகசியமாய்
வைத்துக்கொள்கிறேன் முடிந்தமட்டும்

என் துயரங்களுக்குக் காரணமானவர்களை
வெளிப்படுத்தி அவர்களுக்குத்
துயரங்கள் தரவேண்டாமென

துயரங்களுக்குக் காரணமாக இருப்பவர்களே
ஒன்றும் நடவாததுபோல்
அருகிலிருந்து ஆறுதல் அளிப்பது
மேலும் மேலும் துயரம்தான்
பிறகு ஒரு மீளாத்துயரில் இருப்பதாய்
எப்படி நான் அறிவித்துக் கொள்வது

நான் மட்டுமே உள்ள வீடு

உங்களுக்கு
எவ்வளவு அருகிலிருந்தாலும்
உங்களோடு இருப்பதில்லை
உங்களுக்கு எவ்வளவு தூரம் இருந்தாலும்
உங்கள் அருகிலேயேதான் இருக்கிறேன்

அருகில் யாருமற்றபொழுது
உங்களோடு இருக்கிறேன்
உங்களோடு இருக்கும்பொழுது
அருகில் யாருமற்றதாய் இருக்கிறேன்

பின்பொருநாள்
கூடு நெய்திருந்தேன்
அறையிலேயே இருந்துவிட

எடையிட்டுச் செல்வது

முடிந்தவரை
கண்டுபிடிக்க முயல்கின்றனர்
முதல் சில சந்திப்புகளிலே
நான் யார் என்பதை
தூண்டிலில் வார்த்தைப் புழுக்களை வீசி
எதற்கெல்லாம் சரியாவேனென
தக்கைப் போட்டுப் பார்க்கின்றனர்

முடிந்த மட்டும்
எனக்கு எல்லாம் செய்வதாய்
நம்பவைத்து விடுகின்றனர்
அடிக்கடி நிகழும் சந்திப்புகளில்

சிலபோது சப்தமிட்டும் பார்க்கின்றனர்
நான் விழித்துள்ளேனாயென
அவர்களது பேரன்புக்குரியவன் நான்தானென
என் முன் உரக்க முழக்கமிடுகின்றனர்

பின்பொருநாளில்
என் தேகமெங்கும் அட்டைகள் ஊர்வதை
உணரத் தொடங்கியிருந்தபோது
ஏதும் நிகழாததுபோல
சந்திப்பதை நிறுத்திக் கொள்கின்றனர்
உரையாடுவதில் நடுக்கம் தெரியாதவண்ணம்
பார்த்துக்கொள்கின்றனர்

இப்பொழுது நாங்கள் சந்திக்கும் பொழுதெல்லாம்
கடைசியாய் ஆளுக்கொரு தூண்டிலை
வீசிப் பார்த்துக்கொள்கிறோம்

ஒளியிலிருந்து இருள்
இருளிலிருந்து ஒளி

இந்த அறையிலேயே இருந்து கொள்கிறேன்
வெளியே வெளிச்சமாக இருக்கிறது
நிறைய மக்கள் இருக்கின்றனர்
எங்கும் வரப் பிடிக்கவில்லை
என்னை யாரும் வந்து அழைக்க வேண்டாம்
இங்கேயே இருக்கிறேன்
வேண்டும் காலம் இருக்கிறேன்
நானே வருகிறேன் அதுவரை
என்னை எவரும் தேடி வர வேண்டாம்
விதை முளைப்பதற்கு முன்
மண்ணில் புதைந்து இருளில்தான் இருந்தது

பல்லுடல் ஒரு மனம்

தனியாக இந்த உடலுக்குள்
எவ்வளவு நாள்கள் இருப்பது
நாம் விரும்பும் ஒருவரின் உடலிற்குள்
புகுந்து சில காலம் வாழ வேண்டும்
மரத்தின் தண்டு கிளைகள் வேர்களில்
உட்புகுந்து கனிய வேண்டும்
பறவையின் இறக்கைகள் கால்கள் கண்களில்
ஊடுருவிப் பறந்து
நிலத்தை அளக்க வேண்டும்
ஒவ்வொரு விலங்குகளின் இதயத்திற்குள்ளும் தங்கி
வனத்தை வலம் வர வேண்டும்
வெவ்வேறு நிலத்தில் வாழும் மனிதர்களின்
உடலுக்குள் சென்று உலகம் சுற்ற வேண்டும்
பெய்யும் மழையின் ஒரு துளியாகிப்
பெருக்கெடுக்கும் நதியில் ஓடி
கடல் சேர்ந்துவிட வேண்டும்
வெயிலுக்கு உருகி ஆவியாகும்
நீராகி விண் சேர வேண்டும்
மலைக்குள் புகுந்து காலம் பல கழிந்து
மண்ணாக வேண்டும்
பிறகு புழுவாக மீண்டும் மீண்டும் கருக்கொண்டு
காலம் யாவும் ஊர்ந்து
நெளியத் தொடங்க வேண்டும்

வழித்துணை

அவரவர்க்கென்று ஓரிடமுள்ளது
வழியெங்கும் ஒருவர் மாறி ஒருவரைச்
சந்தித்துக்கொள்கிறோம்
சில மைல் தூரம் ஒருவர் உடன் வருகிறார்
மேலும் சில மைல் வேறொருவர்
பல மைல் தூரம் ஒருவர்
மேலும் பல மைல் தூரம் வேறொருவர்
சந்தித்த நாம்
முடிந்தவரை பயணிக்கிறோம்
மேலும் பயணத்தைத் தொடர முடியாதபோழ்து
வழியிலேயே இறங்கிக்கொள்கிறோம்
திரும்பிச் செல்கிறோம்
வேறொரு பாதையில்
பயணத்தைத் தொடங்கிக் கொள்கிறோம்
அல்லது இறங்கிய இடத்திலேயே காத்திருக்கிறோம்
நீண்ட தூரம் சென்றவர் திரும்பி வந்து
நம்மை அழைத்துச் செல்ல

வலிகள் தரும் வழி

இந்தக் கணத்தில் தோன்றும் வலி
அன்றைய நாளை
கறித்துண்டுகளாய்த் துண்டுத் துண்டாக்குகின்றன
ஓரிரு நாள்களில் எரிந்து கனன்றுச் சுடரும்
நெருப்புத் துண்டாய்ப் பின்தொடர்கிறது
அக்கணத்தின் வலி
வேறொரு இளைப்பாறுதலில்
அந்தக் கணத்தின் வலி
விதையாய் மனத்தின் நிலத்துள்
புதைந்து மண்மூடிக்கொண்டது
பின் ஒவ்வொரு முறையும் எதிர்கொண்ட
அந்தந்தக் கணத்தின் வலிகள்
ஒவ்வொரு மரமாய் வளர்ந்து நிற்க
அதன் நிழலில் தொடர்கிறது நீள் பயணம்

விதி

விட்டுவிடுங்கள்
இதற்குமேல் வர முடியாது
இதோடு பேசுவதை நிறுத்திக்கொள்ளலாம்
எங்கேயோ இருந்துவிட்டுப் போகிறேன்
எந்தச் சமாதானங்களும் வேண்டாம்
உங்களில் யாரும் வேண்டாமென
ஒவ்வொரு நாளும் முடிவெடுத்திருந்தேன்
பின் வாழ்வதற்கு வேறு வழியில்லாமல்
நாளை உங்களைச் சந்தித்திருந்தேன்

தீர்ப்பு

இப்பொழுது என்ன நடந்துவிட்டது
ஏன் இவ்வளவு மூர்க்கம்
ஏன் இவ்வளவு முந்தி முந்தி உதிர்கிறாய்
சற்று பொறு சற்றே பொறு
உனக்கு ஒரு குவளை நீர் கொண்டு வருகிறேன்
உன் எல்லாவற்றையும் காதுகொடுத்துக் கேட்கிறேன்
உன் நியாயங்கள் யாவையும் முன் வை
நானும் என்னுடையதை
இப்பொழுது தராசு முள்
சிறிது நேரம் உன் பக்கமும்
சிறிது நேரம் என் பக்கமும்
மாறி மாறி நிற்கக் காண்போம்

உயிரின் சருகு உடல்

உடலின் கனத்தைச் சுமக்க முடியவில்லை
வெகுதூரம் தூக்கிக்கொண்டு
பயணங்களைத் தொடரவோ
திரும்பி வரவோ முடியாது
கிடைக்கும் இடங்களிலெல்லாம்
அது குலை தள்ளிய வாழை
முறிந்து விழுவதெனக் கனக்கிறது
மிக மெதுவாய் அதிகச் சரக்கேற்றி உப்பிய
வாகனமென நகர்கிறது
உடனிருந்து நம்பிக்கைத் துரோகமிழைக்கும்
நண்பனாய்
எல்லாக் காலங்களிலும் நிற்கும்
எதிரியென இவ்வுடலை
உதிர்க்க முடியாது தவிக்கிறேன்

நிற்கும் இடம்

ஓர் அடி முன்வைக்கிறேன்
அதற்கு மாறாக நூறடிப் பின்னோக்கிப் போகிறேன்
மீண்டும் பின்னோக்கிச் சென்ற
அடியிலிருந்து நூறடி முன்வைக்கிறேன்
பின் அதேபோல் நூறடிப் பின்னோக்கிப் போகிறேன்
அதேபோல் ஓரடி முன்வைக்கிறேன்
ஏதோ ஓர் இடத்தின் மையப்புள்ளியை
முன்னும் பின்னும் வலதும் இடதுமாய்ச்
சென்று சென்று திரும்புகிறேன்
வேறு இடம் செல்வதற்குள்
அடுத்த அடி வைப்பதற்குள்
ஒவ்வொரு நாளும் ஆதவன் மறைந்துவிடுகிறான்

வேரற்றுக் கிளைவிடல்

வேர்விட்டிருத்தல் சிறையில் இருப்பதுதான்
எனது இலைகளைக் கிளைகளை
அசைத்து அசைத்துப் பார்க்கிறேன்
வேறிடம் செல்ல
அமரும் பறவைகளிடம் அதன் கால்களில்
என்னை இறுகப்பற்றி
பெயர்த்துப் போகச் சொல்கிறேன்
என் கனத்தைப் பெயர்த்துச் சுமக்க முடியாத
அது வெகுதூரம் பறந்துவிடுகிறது
வேர்விட்டிருப்பதால்
எல்லாக் காலமும் இங்கேயே கழிகிறது
பிறந்ததிலிருந்து இறப்புவரை
வேரற்று இருப்பது
எவ்வளவு சுதந்திரமானது பறவையென

நினைவு மீன்கள்

தூண்டில் முள்ளில் அகப்பட்ட
மீனின் தொண்டையென
மீன் முள்ளில் அகப்பட்ட தொண்டையென
ஆழ் நெஞ்சத்தின் நினைவுகள்
ஒவ்வொன்றாய் அகப்பட்டு அகப்பட்டு
மூச்சுத் திணறுகிறது
மீனின் செதில்களாய் நெஞ்சமெங்கும்
ஒட்டியிருக்கின்றன நினைவுகள்
நினைவை
மலையை மணலாக்குவதென ஆயுள் கழிகிறது
எவ்வளவு முயன்றும்
மீன்களற்ற கடலாய் இருக்கவிடாது
மனக்கடலெங்கும் நீந்துகின்றன நினைவு மீன்கள்

வானத்திற்குப் பின்னால்

அலகில பால்வெளிகள் வனத்தின் மரங்களாய்
அலகில உயிர்கள் கடற்கரை மணலாய்
அலகில வாழ்க்கைகள்
வனத்திலுள்ள மரங்களின் சருகுகளாய்
எண்ணிறைந்த பாதைகள்
எண்ணில சிந்தனைகள் மின்னும் நட்சத்திரங்களாய்
ஒவ்வொருவருக்கும் ஒவ்வொன்றுக்கும்
ஒவ்வொரு பகலும் ஒவ்வொரு இரவும்
வேறுவேறாய் நீண்டு குறுகியொழிகின்றன
எவையெவற்றை இன்பம் துன்பமாய் உறுதி செய்வது
எவையெவைப் பற்றிய கவலையில் உறைவது
இன்பத்தில் ஆழ்வது
எவ்வெவற்றைத் தேடி ஓடுவது

நான் மட்டுமே இருக்கும் யாருமற்ற உலகு

என் பகல்களுக்குச் சூரியனில்லை
நிறங்களின் பேதமும் வெளிச்சமும்
ஒலிகளின் ஒலியும் இல்லை
வழித்துணையாய் வருடும் நாயும்
வழி கேட்பதற்கு யாருமில்லாமலும்
பகல்களின் தடம் சுவடற்றுத் தொடர்கிறது
பற்றிப் படர்ந்து எது எதுவென
அடியடியாய்க் கால்கள் நீள்கின்றன
யாரின் முகங்களும் உரையாடலில் முகமறிந்து
வழி மாற்றி என் பகலைக் கடந்து
ஒளிரும் என் இருள் உலகுக்குள்
நுழைகிறேன் ஆந்தையாகி

எதிர்காலத்தில் நாம் சந்திப்போம்

உறைந்து கிடக்கின்றன
நிகழ்வுகளால் மனத்தின் இருதயத் துடிப்பு
நின்று நின்று எழுகிறது
முதிர்வயதின் உடலாகி மனம் தவழ்கிறது

எத்தனை முறை முயன்றும் முடியாமல்
உறைந்து உறைந்து நிற்கிறேன்
நிகழ்காலத்தின் எல்லா நொடிகளையும்
விழுங்க முயல்கிறது கடந்த காலம்

பகல் முடிந்து இரவுக்குள் நுழைவதாய்
இறந்த காலத்திற்குள்ளும்
இரவு முடிந்து பகலுக்குள் நுழைவதாய்
எதிர்காலத்திற்குள்ளும் நுழைந்து
எதிர்காலமற்றுக் கல்லென உறைந்து கிடக்கிறேன்

பாறை பிளந்து வளரும் விருட்சமாய்
என்னைப் பிளந்து
நீ விருட்சமாய் வளர்வதே என் எதிர்காலம்

கடலின் ஒரு துளி

முன்பு ஒரு கதிரவனை உருவாக்கியிருந்தேன்
ஒரு பூமியை
ஒரு நிலவை
ஆயிரமாயிரம் காடுகளை நதிகளை
ஒரு கடவுளை
பின் எனக்கெனச் சில ஆத்மாக்களை
உருவாக்கி ஆறுதலடைந்திருந்தேன்
கடற்கரையின் மணலில் எழுப்பிய சிற்பங்களெனக்
கண நேரத்தில் எல்லாம் அழிந்தொழிந்தன
மீண்டும் எழுப்புகிறேன்
மீண்டும் மீண்டும் எழுப்புகிறேன்
பால்வெளிப் பெருங்கடலின் அலையில்
ஒவ்வொரு முறையும் கரைந்துவிடுகின்றன
என் எல்லாமும்

காரணங்களில் விரியும் உலகு

அந்தப் பிரளயம்தான்
இந்த மௌனத்திற்கும்
இந்த மௌனம்தான்
அந்தப் பிரளயத்திற்கும்
இந்தச் சொல்தான் அந்த நம்பிக்கைக்கும்
அந்த நம்பிக்கைதான் இந்தச் சொல்லிற்கும்
இந்தச் சந்திப்புதான்
அந்தக் கொலைக்கும்
அந்தக் கொலைதான் இந்தப் பிரிவிற்கும்
இந்தப் பிரிவுதான் அந்த நினைவிற்கும்
அந்த நினைவுதான்
இப்படிச் சிலையாகிக் கிடப்பதற்கும் காரணம்

நம் நலம்

நன்றாக நினைவிருக்கிறது
உங்கள் மரணத்திற்கு முன்
உன்னைப் பற்றியும்
அவர்களைப் பற்றியும் சிந்தித்திருக்க வேண்டும்
உங்களின் சுகந்தம் நீண்டிருக்க
ஆம் சிந்தித்துச் சிந்தித்து மரித்திருந்தேன்

நீயும்
நீங்களும் அவ்வப்பொழுது சிந்தித்திருக்கலாம்
என் மரணத்திற்கு முன்
என் சுகந்தம் நீண்டிருப்பது பற்றி

உயிரின் ஊர்தி

வேண்டுமிடத்திற்கும்
வேண்டாத இடத்திற்கும்
நேராகவும் வளைந்தும் கோணலாகியும்
சீராகவும் வேகமாகவும்
உடல் வாகனம் அழைத்துச் செல்கிறது
ஒரு புழுவாய்த் தடம் பதிக்கிறது
பல நேரங்களில் ஆகாய மார்க்கமாக
அதன் போக்கிற்குப் பறவையெனப் பறக்கிறது
இதன் பாகங்களை அழிப்பது இயக்குவது
ஓர் எளிய வாகனத்தைப் போன்றதன்று
இயக்குபவரோடு எப்பொழுதும்
ஒட்டிக்கொண்டே இருக்கும் நத்தையும் கூடுமென
இயக்குபவர் ஒருபுறமிருக்க
நேரெதிராக வாகனம் ஒருபுறம்
இயக்குபவரை வாகனமாக்கி இயக்கும்
உடலின் பயணத் தடத்தில் மனமும்
மனத்தின் பயணத் தடத்தில் உடலும் பயணித்து
வழியெங்கும் வாழ்வின் வனங்களைக் கண்ணுற்றுக்
காலத்தைக் கடத்துகின்றன உடலும் மனமும்

காலத்திடம் கையேந்துதல்

வாழ்க்கையை என்னவென்று புரிந்துகொள்வதற்குள்
அது என்னைக் கடந்துவிடுகிறது
ஒரு காட்டாற்று வெள்ளமாக
அடித்துச் செல்லப்பட்டு
பெரும்பாறையில் மோதி மயக்கமுற்றுக்
கிடப்பதைப் போல் நகர்கிறது
திரும்பி மீளமுடியாதபடி எல்லாம் கடக்கின்றன
விதையென விழுந்த இடத்திலேயே
எல்லாம் முடிந்துவிடுகிறது
எப்பொழுதும் இரு கண்களால்
அகண்ட வாழ்வைப் பார்க்கவும்
விரல்களால் அளக்கவும்
செவியால் எல்லாக் குரல்களைக் கேட்கவும்
நாவினால் எல்லாவற்றைச் சுவைக்கவும்
கால்களால் உலகம் முழுக்க அச்சுப் பதிக்கவும்
முடியாது முடமாகிக் கிடக்கின்றேன்
இவ்வாழ்வின் பொருளறிய
இன்னும் ஆயிரமாயிரம் பிறவிகள் வேண்டும்
இன்னும் ஆயிரமாயிரம் புலன்கள் வேண்டும்
என்ன செய்வது
வாழ்க்கையை வாழத் தொடங்கும்முன்னே
வாழ்க்கை முடிந்தேவிடுகிறது

புறக்கணிப்புகள் தரும் ஒளி

எனக்கு
ஒரு மயிரும் தெரியாது
என்னை
உங்களை
என் ஊரை
என் நாட்டை
இவ்வுலகத்தை
இப்பிரபஞ்சத்தை
இவ்வணுவை
எல்லாவற்றையும் அவிழ்த்துப் போட்டுவிட்டுப்
புறப்படுகிறேன்
நடந்து போய்க்கொண்டே இருக்கிறேன்
ஒரு மலையின் உச்சியில் அமர்கிறேன்
இனி அங்குதான் என் எல்லாமும்

நம்பிக்கையில் உறைதல்

இங்கேதானிருக்கிறேன் மரமென
அப்படியேதானிருக்கிறேன் சுவரென
இதையேதான் மீண்டும் மீண்டும் செய்கிறேன்
அதே இடத்தில்தான் அமர்ந்திருக்கிறேன்
எத்தனையோ காலங்கள் கடந்தும்
தப்பிப் பிழைக்க வழியில்லாமல்
வழி தெரியாமல்
வழி உருவாக்க மறுத்து மரணித்திருந்தேன்
நீயோ பால்வெளியின் மறுகரையிலிருந்து
வேறொரு பால்வெளியின்
நுழைவு வாயிலை அடைந்துவிட்டாய்
இப்பொழுது நானும் பிறந்திருக்கிறேன்
மீண்டும் இங்கேயே

எல்லை மீறு

என் கடந்த காலம்
எல்லாவற்றையும் ஒவ்வொரு முறையும்
ஒவ்வொருவரிடமும் விளக்கிக்கொண்டிருக்க நேரமில்லை
பொறுத்துக் கொள்ளுங்கள்
முகம் கடுத்துக்கொள்ள வேண்டாம்
எதையாவது பேசிக்கொள்கிறேன்
கொஞ்சம் உரக்கக் கத்திக்கொள்கிறேன்
முட்டாள்தனங்களை வெளிப்படுத்திக்கொள்கிறேன்
அகவையிலிருந்து பின்னோக்கி வாழ்ந்துகொள்கிறேன்
கொஞ்சம் உங்களை அதட்டிக்கொள்கிறேன்
உங்கள் நேரத்தைச் சிறிது உறிஞ்சிக்கொள்கிறேன்
அந்தரங்கங்களைச் சற்று அவிழ்த்துவிட்டுக்கொள்கிறேன்
சற்று மேலதிகமாய்
உங்கள்மீது உரிமை பூண்டுகொள்கிறேன்
எனதிந்த அசௌகர்யத்திற்காக
என்னை மன்னித்துவிடுங்கள்

நினைவின் வெளிச்சம்

மற்றவர்களை விடு
மனநோயாளி என்றறிந்தால்
என்னைச் சாயம் வெளுத்த
கிழிந்த பழைய உடையெனக்
கைவிட்டுவிடுவாயா
அழைப்பு கொடுப்பதைச்
சந்திப்பதை நிறுத்திவிடுவாயா
நமக்கிடையே இருந்த நட்பை
மறைத்து வாழத் தொடங்கிவிடுவாயா
என் நினைவு வருகிறபொழுது
கம்பளிப்பூச்சி உன்மேல்
விழுந்ததாகத் திடுக்கிடுவாயா
நேரில் சந்திக்க நேர்ந்தால்
இறந்து அழுகிய நாயின்
உடலிலிருந்து வரும் வாசமென
யாரோபோல் விலகி நின்று முகஞ்சுருக்கி
சென்றுவிடுவாயா
அல்லது ஓடோடி வந்து அருகில் நின்று
விழுதென வேர்விட்டு நிற்பாயா

தன்னைக் கழற்றிக் கொடுத்தல்

இதற்கும்மேல்
தொடர்ந்து பயணம் செய்ய முடியவில்லை
வழிகள் மறந்துவிடுகின்றன
பாதங்கள் கொப்பளித்துக் கிடக்கின்றன
கை பிடித்து அழைத்துச் செல்ல முடியுமா
வயோதிகனாய் சோர்ந்து
திண்ணையில் படுத்திருக்கிறேன்
ஏதாவது பேச்சுக்கொடுக்க முடியுமா
முடிவுகள் எடுப்பதில் நம்பகமான ஒருவரின்
பரிந்துரை எதிர்நோக்கி அமர்ந்திருக்கிறேன்
ஒவ்வொரு முறையும் வழிகாட்டி உடன் வர முடியுமா
நீருக்குத் தவித்து இலை உதிர்க்கும்
மரமாய்த் தாகங்கொண்டு நிற்கிறேன்
வற்றாத ஆறாக அருகில் ஓட முடியுமா
உடல் மேலும் மேலும் கனக்கிறது
தூக்கிச் சுமந்து எங்கும் செல்ல முடியவில்லை
குழந்தையென மார்பில் அணைத்துக்கொள்ள முடியுமா
எதுவும் முடியாமல்
யாரோ ஒருவரிடம் என்னை
ஒப்படைத்துவிடக் காத்திருக்கிறேன்

கடைசியாக

விரும்பாதபோழ்தும்
இந்த அடைமழை பெய்கிறேதே
பலம்கொண்ட காற்று வீசுகிறதே
வெப்பம் தகிக்கிறதே
அவ்வப்பொழுது நிலம் நடுங்குகிறதே

எல்லாம்
உருதிரண்டு வீழாமல்
கண்ணில் ததும்பும் கண்ணீருக்காய்

இரவு கரைந்து விடியல் வருகிறதே
பட்டுப்போன மரம் துளிர்க்கிறதே
வானவில் தோன்றுகிறதே
இம்மழலை
கண்களை உற்று நோக்கி முறுவலுறுகிறதே
நடந்து செல்கையில் இளந்தென்றல் சூழ்கிறதே
இளஞ்சாரல் தூறுகிறதே
மலரொன்று பாதங்களில் வீழ்கிறதே
எல்லாம் இளைப்பாறுதலுக்கும்
மௌனம் சேர்வதற்கும்மே

தொலைவிலிருக்கும் நாம்

நத்தையாய் நகரும் இம்மனம்கொண்டு
எப்படி வலம் வருவது உலகை
ஆமையாய்க் கால்தத்தும் தெம்புகொண்டு
எப்படி நீந்துவது கடலை
எறும்பென இருந்து
எங்ஙனம் ஏறியிறங்குவது மலையை
ஈசலெனச் சிறகு பெற்று
எவ்வாறு வானம் தாண்டுவது
விலங்கு வடிவம் பெற்று
எங்ஙனம் உரையாடுவது
நின் இருப்பிடம் அடைய
இன்னும் இன்னும் வேண்டும்
பன்னூறு பிறப்பும் இறப்பும்

நீ என்னும் வெளி

உன் மன விருப்பங்கள் தூரிகையாகி
உன் வானத்தையும்
உலகையும் ஒவ்வொரு முறையும் வரைந்து காட்டுகிறது
முளைப்பதற்குக் காத்திருக்கும் விதையாய்
உன் மௌனமும்
காத்திருந்து நீரும் ஒளியும் பருகி மலர்க்கும் சொற்களும்
நீ எந்த விருட்சமாகிக் கிளை படர்த்தி
நிழல் நிறுத்தி வேரூன்றுவாயென
அடிக்கடி நினைவுபடுத்துகிறது
உன் உயரங்களை வேரிலிருந்தும்
நின் சுவையை நறுமணத்தை
நீ நடந்த பாதைகளிலும்
நீ அமைத்துக்கொண்ட வேலிகளிலிருந்தும்
அளந்துகொள்கிறேன்
நின் உருவத்தை
என் கைகளாகக் கால்களாகச்
செல்லும் பாதையாக
வழியில் நிழலாகத் தாகம் தீர்க்கும் நீராக
முன் செல்லும் காலமாகத்
தொடரும் நினைவாகக்
கரையும் கனவாகக் கண்டுகொள்கிறேன்

புதிய வெளிச்சம்

எப்பொழுதாவது தோன்றும் மின்னலினும்
ஒவ்வொரு இரவிலும் ஒளிரும் நிலவு மேலானது
கணக்கற்று மினுக்கும் நட்சத்திரங்கள்
அதனினும் மேலானதுதான்
நிலவற்றபொழுதில்
எங்கோ எரியும்
ஒரு சிறு நட்சத்திரம் அதனினும் மேலானதுதான்
காற்றென நிரம்பி வழியும் இருள் உலகில்
ஒரே ஒரு நட்சத்திரம் நம்பி வாழுமெனக்கு
திடீரெனத் தோன்றித் தோன்றி மறையும்
மின்னல் எல்லாவற்றினும் பெரிதுதான்

மௌனக் கல்

கல்லெறியப்பட்ட குளமாய்த் ததும்பித் ததும்பிக்
களைந்த மௌனத்தை மீண்டும் சேர்க்க
எடுக்கும் காலமாய்
எறியப்படும் ஒவ்வொரு கற்களுக்கும்
மௌனம் களைந்து
நிலைகொள்ள நேரம் பலவாய்க் களைகிறது
குளமாய் இருந்து வற்றிவிடுகிறது மௌனம்
என் குளத்தில் யாரும்
கல்லெறியாமல் பாதுகாத்து வந்தபோது
என் மௌனம் சிறு சிறு கற்களால் மோதி
உடைபடாத மலையாகி நின்றது

ஆயுதம் ஏந்தி நிற்றல்

உன் பாதையில் வந்து கொண்டிருக்கின்றேன்
அங்கிருந்து திரும்பி அல்லது வளைந்து
அவன் பாதையில் சென்றுகொண்டிருக்கிறேன்
அங்கிருந்தும் திரும்பி அல்லது வளைந்து
இவர்கள் பாதையில் நீள்கிறேன்
அங்கிருந்தும் வளைந்து அல்லது திரும்பி
அவர்கள் பாதையில் நடக்கிறேன்
திரும்பிப் பார்த்தேன்
எனக்கென்று பாதையில்லாமல் இருந்தது
இல்லை
உங்கள் அனைவரின் பாதையின் நீளம்
என்னுடையதாய் இருந்தது
பிறகுதான்
என் பாதை உங்களுக்கெதிராய் அகன்றிருந்தது

என் ஆயுதத்தில் என் வாழ்க்கை

எவ்வளவு நேரம்
கண் இமைக்காமல் இப்படியே இருப்பாய்
எத்தனை நாள்கள் இதே சாலையில் நடப்பாய்
இந்த முறையும் நீதான் உடன் வருவாயா
இன்னும் எவ்வளவு நாள்களுக்கு
அதையே பேசுவாய்
எவ்வளவு தூரம் இதையே தூக்கிச் சுமப்பாய்
எத்தனை முறை இதே காரணத்தைச் சொல்வாய்
எவ்வளவு நேரம் இங்கேயே சுற்றிச் சுற்றி வருவாய்
இதே முடிவில் எவ்வளவு நேரம் யுத்தம் செய்வாய்
இரவு வடிந்து பகலையும்
பகல் வடிந்து இரவையும் சுமப்பதாய்
எல்லாவற்றையும்
என்மேல் வாரிப் போட்டுக்கொள்கிறேன்
புதிய வெளிச்சத்தின் முதல் கீற்றைச் சிந்துவதாய்
உடனுக்குடன் காற்றின் இலாவகத்திற்குச்
சிறகுகள் திருப்பும் திசைகள் திருப்பும் பறவையென
எல்லாமும் திசைமாறிப் போயிருந்தன
வாளில் எப்பொழுதும் சுவடற்றிருக்கின்றன
என் எல்லாமும்

என்னை வாழவைப்பது

பிறந்த கைக்குழந்தையாய்
கவனித்துக்கொள்ளவும்
முளைக்கும் செடிக்கு வேலி கட்டுவதாயும்
சாய்ந்துவிட நிற்கும் வாழை மரத்திற்கு
முட்டுக் கொடுப்பதாயும்
வைத்த பயிருக்கு மழை வராதபோழ்து
பாத்திக் கட்டி நீர் இறைப்பதாயும்
நோயுற்றவனுக்கு மருந்திடுபவனாயும்
பழுத்து உதிர இருக்கும் சருகென
உள்ளவனின் வார்த்தைகளுக்குச் செவிசாய்ப்பதாயும்
என்னைப் பார்த்துக்கொள்ள வேண்டும்
என்னோடு இருப்பது நான் மட்டுமே

பொருளற்ற சொல்

நீ மலர்த்திய சொல்லில்
ஓரிதழை மட்டுமே பற்றுகிறேன்
அதில் நுகர்ந்த வாசனையை உனக்களிக்கிறேன்
ஒரே மலரின் இதழ்களில்
வெவ்வேறு மலரை மொட்டவிழ்த்து
வெவ்வேறு நறுமணம் வீசி
உன் சொற்களுக்கு அர்த்தம் காய்ப்பிக்கிறாய்
என் சொற்கள் வாசமும்
இதழ்களும் அற்ற மலரென

என்னை நானே ஆற்றுப்படுத்துதல்

நீயும் ஏதுமற்று இருப்பாயென்று நம்பினேன்
கிடைத்தபோழ்து மறுத்திருப்பாயென்று
நானும் மறுத்திருந்தேன்
வந்தவர்களை எல்லாம் அருகும் சந்தித்தும்
புறக்கணித்திருப்பாயென்று
எல்லாவற்றையும் புறக்கணித்திருந்தேன்
என்னிடம் எதுவும் இல்லாமல்
என்னை மட்டுமே தூக்கிக்கொண்டு
அங்கேயே
இருப்பாயென்று தேடி வந்தபோழ்து
உன்னிடம் எல்லாமும் இருந்தன

ஆழத்தில் வாழ்தல்

மூடி மூடி வைக்கிறேன் என்னை
வேலியெழுப்பி அறையைத் தாழிட்டு
உள் அமர்ந்துகொள்கிறேன்
ஒரு சிறிய விளக்கின் வெளிச்சத்தில் நடக்கிறேன்
எல்லாக் காலதர்களையும்
காற்று கசிந்து உள் வருமளவு மூடுகிறேன்
எந்த ஒலியையும் எழுப்பாமல்
எனக்குள் உரையாடிக்கொள்கிறேன்
கதவைத் திறக்கலாமென்று அருகு வந்து மீண்டும்
உள் சென்று படுத்துக்கொள்கிறேன்
என் அறை பூமியின் நடு ஆழத்தில் தரையிறங்கிவிட்டது
நான் வெளிவருவதற்கு எந்த வாயில்களும் இல்லை
நீங்கள் உடைத்து உள் வருவதற்குள் காலம்
உங்களைத் திரும்ப அழைத்துச் சென்றுவிடுகிறது
அல்லது அமிழ்த்திவிடுகிறது

ஏமாற்றம்

உங்களைச் சந்திக்கும் ஒவ்வொரு முறையும்
மௌனத்தைக் களைத்துக்கொள்கிறேன்
என்னிடம் நெருங்க
உங்கள் கதவுகளைத் தாழிட்டுக்
காலதர்களைத் திறந்தீர்கள்
எதிர்பார்த்து வந்ததையும்
தந்து நிற்கிறேன்
உங்கள் கைகளில் எதுவுமில்லையெனக்
காண்பித்துப் போகிறீர்கள்
சில நாள்கள் கழிந்ததும்
வந்து
களைந்த என் மௌனத்தை
அடுக்கிக்கொள்ளச் சொல்கிறீர்கள்

எதிர்த்து வெளிச்சம் காணல்

அதற்காக என்ன செய்ய முடியும்
மரத்தில் முளைத்த
சுவரிடுக்கில் முளைத்த
கிணற்றின் உட்புறச் சுவற்றில்
முளைத்த மரமாகி வளர வேண்டும்
மண்தொட்டிகளில் செடியாய் வளர்ந்து
வீட்டு முற்றத்தில் கொடியாய்ப் படர்ந்து
ஒவ்வொரு விடியலையும்
இப்பொழுது சந்தித்துக்கொண்டால் போதும்

அன்பைத் துறத்தல்

பெருக்கி கூட்டி
தூரமாய் வீசி வருகிறேன்
பழைய துருப்பிடித்த இரும்பாய்
கடையில் எடைக்கு விற்றுத் திரும்புகிறேன்
தேக்கி வைக்க முடியாத சிறுநீராய்
அவ்வப்பொழுது கழித்துக்கொள்கிறேன்
வியர்த்துப் புழுங்குவதாய்
அவ்வப்பொழுது குளித்துக்கொள்கிறேன்
எத்தனை முறை பின் திரும்பிச் சென்றாலும்
முன் வரும் அலையென
உடலின் எங்கோ ஒரு மூலையில்
சுரக்கும் அன்பை
என்னால் எதுவும் செய்ய முடியவில்லை

அறையின் நீள அகலம்

உள்ளே இருக்கிறேன்
அறையின் கதவுகள்
வெளியே பூட்டப்பட்டுள்ளன
காலதர்கள் வழி தெரியும்
மரத்தின் கிளைகள் இலைகளில்
அமர்ந்து தூரப் பறக்கும் பறவை
அது எழுப்பும் ஒலிகள்
பெய்யும் மழையின் துளிகள்
காற்றின் பாதையில் திரும்பும் மேகம்
உள் வரும் நறுமணமென
அவ்வளவுதான் என் கண்களுக்குத் தெரிகின்றன
அவ்வளவுதான் என் உலகமும்
மேலும் கதவின் திறவுகோல் துளைவழி காணும்
சில மனிதர்களும்

முடிவுகள் தரும் வாழ்வு

வி வி
ழு ட்
து டி
ரு
க்
கு
ம்

பிடுங்கி எறிய முடியாத மரமாய்
பெயர்க்க முடியாத மலையாய்
தேக்கித் தேக்கி நிரம்பும் குளமாய்
எதையும் கொடுக்காத பாலை மணலாய்
நீர்விட்டுத் தரையில் வந்து நீந்தாத மீன்களாய்
பாழடைந்து புதர்மண்டிய வீடாய்
இங்கேயே இருந்துவிடுகிறேன்
விட்டுவிடுங்கள்
என்னை வந்து எல்லாம் கடக்கும்
வந்து கடப்பன கடக்கட்டும்

விட்டு விலகுதல்

ஆம் நான் மட்டும்தான் எனக்கு
என் பதில்கள் கேள்விகளைச்
சொல்லித்தான் ஆக வேண்டும்
நான் உங்களுக்கு யாரென்பதை
அறிவித்துத்தான் ஆக வேண்டும்
என் முடிவுகளையும்
தெரிவித்துத்தான் ஆக வேண்டும்
என் பாதையும் இதுதானென
உங்களை விட்டுவிட்டு நடந்தே ஆக வேண்டும்
கடலுள் புகுந்து மீன்கொத்தும் பறவையாய்
காத்திருக்கிறீர்கள் கொத்துகிறீர்கள்
முழுங்கித் தொண்டையில் அலகில் தேக்குகிறீர்கள்
செரித்து உச்சியிலிருந்து கழிக்கிறீர்கள்

சுமை

உடல் உள்ளத்தைப் பார்த்துக்கொள்வதற்கு
அது இங்கிங்கு இருக்க வேண்டும்
அதற்கு இதிது வேண்டுமென
எதையெதையோ செய்கிறேன்
உடல் உள்ளத்தைச் சுற்றி
இவரிவர்கள் இதிது
இருக்க வேண்டுமென
முன்னும் பின்னும் மேலும் கீழும்
இடதும் வலதும் குறுக்கும் நெடுக்கும்
ஓடிக்கொண்டே இருக்கின்றேன்
எவ்வளவு முயன்றும் உடலையும் உள்ளத்தையும்
உரித்துத் தனியே வைக்க முடியவில்லை
உறங்கும்பொழுதும்
கனவாய் வந்து அணிந்துகொள்கிறது

தொடர் முயற்சி

எல்லோரையும் விட்டுவிட்டு
இந்தத் திசையில் முன்னேற
எல்லாச் சொற்களையும் மறந்து
ஒரு சொல்லை உருவாக்க
எதையும் நினைக்காமல்
ஒரு நினைவை ஏற்படுத்த
திரும்பிப் பார்க்காமல் நடந்து வர
மரணத்தை இப்பொழுதே ஏற்க முடிந்தபொழுது
எல்லாவற்றையும் திறந்து பீறிட்டு வெளியே வரும்
திறவுகோலைக் கையில் கொண்டிருந்தேன்
பின் மின்னலென எதிர்ப்படுவேன்

சினம்

என்னிடம்
சில வினாக்களும் விடைகளும் மீதமிருந்தன
உன்னிடமும்
உன் முன்வைப்புகளுக்கு
ஒவ்வொரு முறையும் நான் பலியாக முடியாது
எல்லா முறையும் என்னை ஒப்புக்கொடுக்க முடியாது
இறப்பின்வழிதான்
என் வினாக்களையும் விடைகளையும்
உனக்களிக்க முடியும்
உன் நினைவில் என்னை நிலைபெறச் செய்ய முடியும்
இருப்பினும் தற்கொலை செய்துகொள்வதற்குமுன்
சந்தித்திருக்கலாம்
உன்னை ஒரு முறையேனும்
வினாக்கள் விடைகளால் கொல்ல

எல்லாவற்றிலும் படர்தல்

இலகுவாக மேலெழும்ப
எங்கும் உள் நுழைய
திசை யாவும் திரும்பிக்கொள்ள
எங்கும் யாரிடமும் பிடிபடாதிருக்க
யாரின் கண்களிலும் படியாதிருக்க
விரும்பியவாறு ஊடுருவி ஊடுருவி
எங்கெங்கும் நிலைத்திருக்க
யாவும் கண்டுகொள்ள
பால்வெளிப் பேரடைகளின்
எல்லா வெற்றிடங்களிலும் நிரம்ப
எல்லாவற்றையும் தழுவிக்கொள்ள
காற்றென உருமாறத் துடிக்கிறேன்
எல்லாமும் செய்து

புரிதல்

எப்பொழுதும்
உங்களை மகிழ்வித்துக்கொண்டிருக்க முடியாது
உடன் அழைத்துச் சென்றுகொண்டிருக்க முடியாது
உங்களிடம் பேசிக்கொண்டிருக்க முடியாது
கேட்கும்பொழுதெல்லாம்
கொடுத்துக்கொண்டிருக்க முடியாது
பேசுவதற்குச் செவிசாய்த்துக்கொண்டிருக்க முடியாது
சந்தேகங்களுக்கு
விளக்கங்கள் அளித்துக்கொண்டிருக்க முடியாது
நேரங்களைத் தேநீர் பருகும் அளவு தாண்டி
கொடையளித்துக்கொண்டிருக்க முடியாது
செல்வதற்கு வழிவிட முடியாது
நெடுங்காலமாய் இப்படித்தான் நீங்களெனக்கு
பிறகுதான் உங்களைப் பின்தொடர்ந்தேன்

என் உருவம்

இங்கே அமர்ந்திருப்பதன்
நின்றிருப்பதன்
நடப்பதன்
கழுத்தை வலமோ இடமோ திருப்புவதன்
சொற்களை உமிழ்வதன்
மௌனத்தை மேலும் தொடர்வதன்
இவ்வுடையை உடுத்துவதன்
இவ்வணிகலன்களை அணிவதன்
ஆம் இல்லையென்று குரல் எழுப்புவதன்வழி
உங்கள் வினாக்களுக்கு விடைகளுக்கு
விடைகளை வினாவையளிக்கிறேன்
என்னை நிரூபித்துக்கொள்கிறேன்
நிரூபனமாகிறேன்

உறுதி

இன்னும் புரிந்துகொள்ள
இன்னும் அமைதிகொள்ள
இன்னும் கவனம்கொள்ள
இன்னும் கூடுதலாய் நினைத்துப் பார்க்க
இன்னும் ஆழம் செல்ல
இன்னும் வலுப்பெற
இன்னும் கூடுதலாய் வாழவே
இன்னும் இன்னும் இருக்கிறேன் இதே இடத்தில்

தன்னை அவிழ்த்தல்

என்னையே மேலும் மேலும் நினைக்கிறேன்
என்னையே மேலும் மேலும் தூக்கிச் செல்கிறேன்
என்னையே மேலும் மேலும் பூட்டி வைக்கிறேன்
என்னையே மேலும் மேலும் எங்கிருந்தேனும்
அழைத்து வந்துவிடுகிறேன்
என்னையே மேலும் மேலும்
நாய்க்குட்டியாய்த் தொடர்கிறேன்
என்னையே மேலும் மேலும் குயவனாய்
வனைந்துகொள்கிறேன்
என்னையே நான் மறக்க வேண்டும்
என்னையே நான் திறந்துவிட்டுவிட வேண்டும்

புத்துணர்ச்சி

தேகமெங்கும் வெப்பம் வழிய
போர்வைக்குள் சுருண்டு படுத்திருப்பது
மிகவும் இனிது
மெல்ல உடலசைத்து நடக்கும் முதியவராய்
இரவு முழுக்க ஐந்தாறு முறை
எரிச்சலுடன் மஞ்சளாய்ச் சிறுநீரும்
அடர்த்தியாய்ச் சளியும் வெளியேற்றி
படுத்துக்கொள்கிறேன்
பகலிலும் இருமி இருமி
வயதானவனாய் ஊசலாடுகிறேன்
தேங்கித் தேங்கிச் சொற்றொடர்கள் உதிர்கின்றன
எப்படியும் கனக்கும் உடலிலிருந்து
விடுபடக் காத்திருக்கும் 85 வயோதிகனாய்
போர்வைக்குள் அசையாமல் படுத்திருக்கின்றேன்
எல்லாவற்றிலிருந்தும் விடுதலை பெற்றதாய்
வெப்பம் தணிந்தபின் இளமைக்குத் திரும்புவதாலும்
இக்காய்ச்சல் இனிதினும் இனிது

நம் முடிவு

பற்றிப் படர்ந்த கொடியெனக்
கோபப்பட்டு என்னை இறுக்கியிருக்கலாம்
சித்திரை வெயிலாய்ச் சொற்களைக் கொட்டியிருக்கலாம்
அறுந்த பட்டமாய் இன்னும் தூரம் சென்றிருக்கலாம்
பக்கக் கரையறுத்துப் புரண்டோடும்
ஆறாய் நீங்கியிருக்கலாம்
முளைக்காத விதையாய்க்
கண்களில் படாதவாறு மறைந்திருக்கலாம்
சூறாவளியாய்ச் சுழற்றித் தூக்கி வீசியிருக்கலாம்
இரண்டாகி முறியும் கிளையாய் முறித்திருக்கலாம்
எனக்கு உன்னிடமிருந்தும்
உனக்கு என்னிடமிருந்தும் வேண்டியது
அகண்ட பெருமரத்தை அதன் தண்டில் அறுத்து
தனித்துண்டாகக் கிடப்பதாய்
நம்மை அறுத்துக்கொள்ள வேண்டும்

உன்னை அறிந்த பின்

இதற்கும்மேல்தான்
முழுதாய்க் கேட்க முடிந்தது
பதிலளிக்கவும்
இதற்கும்மேல்தான்
உரக்கக் கத்த முடிந்தது
மௌனமாகிவிடவும்
இதற்கும்மேல்தான்
புறப்பட்டுச் செல்ல வாய்த்தது
காத்திருக்கவும்
இதற்கும்மேல்தான்
அருகிலேயே இருக்க முடிந்தது
தூரமாகிவிடவும்
ஒவ்வொரு முறையும் உன் உறையில்
வாள்கள் கூடிக்கொண்டேயிருக்கையில்
இவை நடந்தேறின

நேர்மை

இருபுறமும் கூர்தீட்டப்பட்ட இக்கத்தியில்தான்
உன் கழுத்தறுக்கவும்
நீரற்ற பக்கச் சுவற்றில் மரங்கள் வளர்ந்த
இக்கிணற்றில்தான் தள்ளவும்
சமவெளியற்ற இம்மலைத்தொடரின்
உயர்முகட்டிலிருந்து கைவிட்டுவிடவும்
படகில் சிறிது தொலைவு பேசிச்சென்று
ஒரு சிறிய மலரைப் பரிசளித்த பிறகு
நடுக்கடலில் தள்ளிவிடவும் காத்திருக்கிறேன்
உன்னோடு வருகிறேன்
நீயோ மேலும் மேலும்
என்னைப் பின்தொடர்ந்து வந்துகொண்டிருக்கிறாய்

ஆறுதல்

எறியும் கல்லை உடைக்காமல்
விசும்புவதாய் வரிசை வரிசையாய் அலையெழுப்புகிறேன்
அடியாழத்தில் தேக்கும் குளமாய் நிற்பதால்
வந்தமர்கின்றன ஒவ்வொரு கல்லும்
ஓரளவு நிரம்பியிருப்பதால்
முன்பே உள் தேங்கியிருக்கும்
கற்களைக் காண வாய்ப்பில்லை
உங்களுக்கும் முன் சிலர் எறிந்திருந்தனர்
எல்லாவற்றையும் ஆழத்தில் சுமந்து
தேக்க இடமிருப்பதால் எறிய எறிய
ஒருபோழ்தும் உள்ளிருந்து மேலெழாதபடி
மனக்கரையில் ததும்புகிறேன்
பெய்யாது நீண்ட மழையில்
வற்றிப்போயிருந்தேன் எல்லாம் தெரிய
கொக்குகளாகிச் சிறகுகள் கிளர்த்தித் தூரமாகியிருந்தீர்

வானிற்குக் கீழ்

அதே கதிரவன்தான் வந்திருந்தது
அதே நிலவுதான் வெளி வந்திருந்தது
அதே விண்மீன்கள்தான்
சில இரவைக் கீறியதாலும் கீறாததாலும்
இடம் மாறியதாய் மிளிர்கின்றன
அதே வானம்தான் கடல் சேர நிலைகொள்ளாது
மேகங்களாய் அலைவுறுகின்றன
அதே கடல்தான் வானம் சேர
அலைகளாய் எழுகின்றன
ஓர் ஏணியமைத்திட
இடையில் எல்லாம்
எழுந்து மரித்து எழுகின்றன
நினைத்த உயரம் நீள

காத்திருத்தலின் விளைச்சல்

ஒரே நாளில்
எல்லாவற்றையும்
எப்படிப் புரிந்துகொள்ள முடியும்
எப்படிப் பேசிவிட முடியும்
எல்லாத் துயரங்களையும்
எப்படிக் கடந்துவிட முடியும்
எல்லாச் சாலைகளிலும்
எப்படி நடந்துவிட முடியும்
எல்லாவற்றையும்
எப்படிச் செய்து முடித்துவிட முடியும்
எல்லாக் கேள்விகளையும் கேட்கவும்
எல்லாப் பதில்களையும் சொல்ல முடியும்
ஒரே வாழ்க்கையில்
எப்படி எல்லா வாழ்க்கையையும் வாழ்ந்திட முடியும்

பிரிதல் நிமித்தம்

உன்னைக் கொல்வது
என்னைக் கொல்வது
நீ இறப்பது
நான் இறப்பது என்பது
நாம் சந்திப்பதை நிறுத்திக்கொள்வது
உரையாடுவதை விட்டொழிப்பது
இணைந்து எங்கும் செல்லாமலிருப்பது
நினைவுகளைக் கொளுத்திச் சாம்பலாக்குவது

நமக்கிடையேயான கேள்விகளும் பதில்களும்

கேள்விகளைக் கேட்காமலேயே காத்திருப்பதிலும்
பதில்கள் கிடைத்துவிடுகின்றன
பதில்கள் அளிக்கப்படாமலேயே இருப்பதிலும்
பதில்கள் கிடைத்துவிடுகின்றன
சில நேரங்களில் பதில்களே
கேள்விகளாகின்றன
கேள்விகளே பதில்களாகின்றன
நாம் நம்மை அவிழ்த்துக் காண்பிக்கிறோம்
தாழிட்டு உள் செல்கிறோம்
மிக அருகு வருகிறோம்
மிகத் தூரம் செல்கிறோம்
கேட்கும் கேள்விகளிலும்
அளிக்கும் பதில்களிலும்

என்னை அறி

முதலில் என்னை நம்பு
அதனினும் கூடுதலாக என் சொல்லை நம்பு
இப்பொழுது
எழுந்து என்னோடு நடந்து வா
எங்கென்று எதுவும் கேட்க வேண்டாம்
என்னைப் பின்தொடர்ந்து
நடந்து வந்துகொண்டே இரு
இதோ இந்தக் கிணற்றில் குதி
என் மனத்தின் அகண்ட பால்வெளிக்கடலின்
மறுகரையை நீ அடைவாய்

ஆண் பாவம்

உனக்கென்ன நீ பெண்
உன்னை ஆராதிக்க பருவ இளைஞர்களிலிருந்து
வயோதிகர்கள் வரை வரிசைக் கட்டி நிற்கின்றனர்
உன்னைப் பாதுகாக்க அலங்காரப்படுத்த
எந்நேரமும் உதவிட பெற்றோர் உறவினர்
நண்பர்கள் வழிமேல் மனம்கொண்டு காத்திருக்கின்றனர்
நீ கூறினால் சூரியனிலிருந்து ஒரு குவளை
நெருப்பை மொண்டு வருவர்
கடலை நடந்து கடப்பர்
நீ குழந்தையென முடிந்தவரை அணைத்துக்கொள்வர்
இதற்குமேல் பயணம் வேண்டாமென
நீ அமரும் வரை
வழியெங்கும் உன்னுடன் நடைபோட
ஆயிரம் வழித்துணைகள் காத்திருக்கின்றன
உன்னிடமிருப்பன
ஆயிரம் மொழி பேசும் கண்கள்
இலட்சம் பொருள் தரும் நாக்கு
நிறம் மாறும் நூறு முகம்
முகிழ்ந்து நிற்கும் கொங்கைகள்
திரண்டு அதிரும் பிட்டங்கள் தொடைகள்
உடைமேல் உடையணிந்து மூடிய அல்குல்
நானென்ன செய்வேன்
நானோர் ஆண்

மனத்தடம்

எங்கிருந்தோ பறந்து வந்த
இளைப்பாற
ஒரு மரத்தில்
அதன் கிளைகளில் அமர்ந்து
கூடு கட்டிக் குரலெழுப்பி
முட்டையிட்டு அடைகாத்துக் குஞ்சுபொரித்து
எல்லாவற்றிற்கும் சிறகு முளைத்ததும்
கிளைகளில்
பின் கூட்டை மட்டும் விட்டுவிட்டு
அதன் வானில் சுதந்திரமாய்ப் பறப்பதென
என் மனத்தில்
மனத்தின் கிளைகளில் வந்தமர்ந்து கூடுகட்டி
நினைவுகளை
மனத்தின் எல்லாக் கிளைகளிலும் படரவிட்டுவிட்டு
சுதந்திரமாய் உன் வானில் பறக்கத் தொடங்கிவிட்டாய்
மரமாகிய நான் என் செய்வேன்
அங்கேயே
நீ கட்டி விட்டுச் சென்ற
நினைவுக்கூட்டைத் தாங்கிக்கொண்டிருப்பதைத் தவிர

வாழ்க்கை

முதலில்
இது சரியில்லை
பிறகு அது
மீண்டும் இது
மறுபடியும் அது என்பது
பின்
இவர் சரியில்லை
பிறகு அவர்
மீண்டும் இவர்
மறுபடியும் அவர் என்பது
எல்லாவற்றுக்கும் பிறகு
தான் சரியில்லை என்பது
எதுவும் சரியில்லை
சரியில்லை என்றறிந்து மேலும்
மேலும் சரிசெய்து அடுக்குவது
முன் பின் பக்கவாட்டிலென
சைரிவ துபப்மையறிற்மா

உங்களுடன் ஒரு நடைபயணம்

உங்களைச் சந்தித்ததற்காக
வெட்கப்படுகிறேன்
உங்களிடம் அறிமுகப்படுத்திக்கொண்டதற்கு
பேசியதற்கு அருவருப்படைகிறேன்
சிறு பயணம் மேற்கொண்டதற்கும் தலைகுனிகிறேன்
என் நிர்வாணத்தை
நீங்கள் பார்த்ததாகப் பதற்றமடைகிறேன்
நமக்கிடையே சிறு பாலம் உருவாகியதை நினைத்து
நாகப்பாம்பு கொத்தியதாக உணர்கிறேன்
நீங்கள் பேசப் பேசக்
கிளையில் முறுக்கேறிப் படர்ந்த கொடியின்
தழும்பு படிந்ததாய்
என்மேல் ஒரு விஷக்கொடிப் பரவித்
தழும்பு உண்டானதாய் அடையாளம் காண்கிறேன்
மேலும் மேலும் நம் உறவு வளர்ந்தபோது
மலைப்பாம்பு முழு ஆட்டினை உடல் சுற்றி
வளைத்து விழுங்கியதாய் உணர்கிறேன்
மேலும் நீங்கள் யாரென
அறிகிற ஒவ்வொரு முறையும்
என் உடல்மேல்
உடலின் நிழல்மேல்
நீங்கள் எய்த ஒவ்வொரு அம்பும்
கண்ணுக்குப் புலப்படுகின்றன
சொட்டிய இரத்தம் உறைவதாய்த் தலைதொங்கி
வந்த வழியே திரும்பிச் செல்லத் தொடங்கினேன்

இடம்

அவரவர்
அவரவர்க்குள்ளேயேதான்
இருக்க வேண்டும்
இருக்கும்வரையே அவரவர்
அவரவர் வானத்தின் எல்லையை
மனத்தின் பலத்தை நீளமாக்க முடிகின்றது
வெளியே வந்து விழுந்துவிட்டால்
ஏதேதேனும் கலந்துவிடுகின்றன
மேல் ஏதேதேனும் முளைத்து வேர்விட்டுவிடுகின்றன
எந்தச் சாயங்களேனும் ஒன்றிவிடுகின்றன
பருந்துகள் கழுகுகள் இன்னபிற
கொத்திவிடுகின்றன
மழை வெள்ளத்தில் சிக்கிய சோளத்தக்கை
இழுத்துச் செல்லப்படுவதாகி
இழுத்த இழுப்பிற்கெல்லாம் செல்ல வேண்டியதாகின்றது
எதுவும் யாரும் உள்ளேயே இருந்தால் மலை
வெளியே வந்து விழுந்தால் சோளத்தக்கை

வழியில் பெருக்கெடுக்கும் உறவுகள்

நீ பறவை உன் வானில் பறக்கிறாய்
நான் புழு என் நிலத்தில் நெளிகிறேன்
அவர் நண்டு அவர் வளையில் ஊர்கிறார்
அவர் நத்தை அவர் இருக்குமிடத்தில் நகர்கிறார்
இவர் அட்டை இவர் படர்ந்த மரத்தில் பற்றுகிறார்
இவர் பாம்பு இவர் நிலத்திலும் நீரிலும் ஊர்ந்து நீந்துகிறார்
அவர்களும் இவர்களும் மீன்கள் கடலில் நீந்துகின்றனர்
எல்லோரும் அவரவர் பாதையில் பயணிக்கின்றனர்
எல்லோரும் மாறி மாறிச் சிற்சில நேரம்
வேறு வேறு ஒருவரின் பாதையில் பயணிக்கிறோம்
என்னதான் இருந்தாலும் பின்
அவரவர் தத்தம் பாதைக்குத் திரும்பிவிடுகிறோம்
பின் தம் பாதையில்
யாராவது நீண்ட தூரம் வருவதற்குத்தான்
ஒவ்வொருவரும் காத்திருக்கிறார்கள்

துயரங்களின் எடை

என்ன துயரங்கள் இருந்தால் என்ன
வா புறப்படலாம்
தெரியாத இடமொன்றிற்குச் சென்று வரலாம்
சாலையில் குழந்தையைச்
சேலையோடு மார்பில் அணைத்து
வெயிலில் கையேந்தும் தாயின் முகத்திலிருந்து
ஒரு புன்னகை வரும்வரை காத்திருக்கலாம்
கறிக்கடையில் கோழியின் கழுத்தினைப் பாதி அறுத்துச்
சுடுநீரில் தோலுரிக்கப் போடுவதை நின்று பார்க்கலாம்
பின் ஆடும் ஓங்கி வெட்டப்பட்டுத் தோலுரித்துத்
தொங்கவிடப்பட்டதைப் பார்த்துவிட்டு வரலாம்
மருத்துமனையில் நோய்வாய்ப்பட்டவர்களை
விபத்துக்குள்ளாகி வந்த இளைஞர்களின்
முகங்களைப் பார்த்துத் திரும்பலாம்
கொடியில் அரும்புவதற்கு முன்
மொட்டாக இருக்கும்போதே அதன் கழுத்தைக் கிள்ளிக்
கூடையில் போடுவதைப் பார்த்துவிட்டு நடக்கலாம்
பிறகு நேராகத் தடிமனாக வளர்ந்த மரம்
தரையொட்டி அறுக்கப்படுவதைக் கவனித்து அமரலாம்
பின் எட்டு உரூபாய்க்குச் சிறிய மெழுகுவர்த்தி
வாங்கி வந்து அறையில் விளக்குகளை அணைத்து
அதை எறியவிட்டுக் கண்ணீர் சிந்தலாம்

வேகத்தடைகள்

வரிசையாக ஒவ்வென்றாய்
மேல் கீழ் இடது வலது
உள் வெளி சரிபார்த்து அடுக்கி வைக்கிறேன்
திடீரெனப் புயலாய் வருகிறார்கள்
எல்லாவற்றையும் களைத்துப்போட்டு விடுகிறார்கள்
மீண்டும்
அடுக்கி வைப்பதற்குள்
வாழ்வின் வேரில் பூச்சிபிடித்துவிடுகிறது
ஒவ்வொரு இலையாய் உதிர்ந்து
கிளைகள் பட்டுப்போய்விடுகின்றன

நான் யார்

இப்போழ்தைக்கு 74 கிலோ எடை
புதுவையில் இருக்கிறேன்
முன்பக்கம் முடி உதிர்ந்த சிறு வழுக்கைத் தலை
வளரத் தொடங்கியிருக்கும் சிறிய தொந்தி
அவ்வப்பொழுது திக்கிப்பேசும் குரல்
தோல் பழுத்த மஞ்சள் நிற இலையின் நிறம்
பிறந்ததிலிருந்து 28 ஆண்டுகளின்
நினைவுகளைச் சுமப்பவன்
ஒவ்வொரு நாளும்
நினைவுகள் வழி
காணும் காட்சிகளின் ஈர்ப்பு வழி
வாழ்வின் ஒவ்வொரு நாளிலும் வாழ்பவன்

அன்பிற்கு உழைத்தல்

ஒன்று கொடுத்தால்
இரண்டு கொடுப்பது
இரண்டு கொடுத்தால்
நான்கு கொடுப்பது
நான்கு கொடுத்தால்
எட்டுக் கொடுப்பது
எட்டுக் கொடுத்தால்
பதினாறு கொடுப்பது
கொடுக்கக் கொடுக்கக் கொடுப்பது
பெறப் பெறத் திருப்பியளிப்பது
நிலம் நனைத்து ஊற்றெடுக்கும்
மழையெனக் கொடுப்பது
வாங்கிய கடனென வட்டியுடன்
கேட்கும் முன்பே திருப்பி அளிப்பது

பசி

தேட வேண்டும்
யாரிடம் வழி கேட்டாலென்ன
யாரைச் சந்தேகித்தாலென்ன
எங்கு இளைப்பாறினாலென்ன
எங்குத் தோண்டினாலென்ன
எங்குச் சென்றாலென்ன
எப்படிப் பேசினாலென்ன
எப்படி ஓடினாலென்ன
எவ்வளவு நேரம் காத்திருந்தாலென்ன
பசிக்குக் காத்திருப்பவனின் வயிறென
எப்பொழுதும் வேண்டியதெல்லாம் பதில்களும்
தேடும் பொருளும்தான்

நெரிசலால் குறுகும் பாதை

நான் மட்டுமே
காடுகளில் பாலை வனங்களில்
அலைந்துத் திரியத் தொடங்கினேன்
எல்லோரும் அவரவர் பாதையில்
வேக வேகமாகச் செல்கின்றனர்
நான் மட்டும்
சில பல நேரம்
இவர்களின் அவர்களின்
பாதையில்
வீட்டில்
வாகனங்களில்
வெளிச்சத்திலிருந்து வருகின்றேன்
திரும்பிப் பார்த்தேன்
என் பாதையில் சுவடுகளே இல்லை
இன்னும் சிறிது தூரம் சென்று பார்த்தேன்
என் பாதையெங்கும்
யார் யாரோவின் பாதைகளும் சுவடுகளும் இருக்கின்றன

உலகை உட்செரித்தல்

எது நடந்தால்
எங்கிருந்தால்
எப்பொழுதாயிருந்தால்
என்ன இருந்தால்
எப்படி இருந்தால்
யார் உடனிருந்தால் என்ன
உயிரோடிருக்க வேண்டும்
இதற்குப் பிறகும்
இனியும்
உயிரோடிருக்க வேண்டும்
எல்லாவற்றையும் வேடிக்கைப்
பார்த்துக்கொண்டிருக்க வேண்டும்
கிணறு வெட்டி ஊற்றுக்கண் கண்டெடுத்து
நீர் நிரப்புவதாய்
அகத்தின் நிலத்தில் அவ்வப்பொழுது
கிணறு வெட்டி பலம் நிரப்பி
உலகை ஒரு நூறு முறை வலம் வர வேண்டும்

பாம்பாகித் தோலுரித்தல்

எல்லாமும் பழையதாக இருக்கின்றன
புதிதாக எதுவுமில்லை
எல்லாமும் எவரோ ஒருவரின் கைகளில்
உள்ளங்களிலிருந்து தவழ்ந்து வந்திருக்கின்றன
எல்லாமும் யாருக்காகவோ எதற்காகவோ காத்திருந்து
காலங்கள் கடந்து
முன் வந்து நிற்கின்றன
கடந்து செல்கின்றன
புதிது புதிதாக வருவனவும்
புதியன வந்ததும் பழையதாகிவிடுகின்றன
ஒவ்வொரு இலையுதிர்காலத்திற்குப் பிறகும்
புதிது புதிதாய்
ஆயிரமாயிரம் தளிர்களை
நூறு கிளைகளை
ஆயிரம் பூக்களை மலர்த்தும்
ஒரு மரத்தின் வாழ்க்கையை வேண்டி
அதன் வேர்களில் எங்கும் செல்லாமல் அமர்ந்திருக்கிறேன்

போலித்தவம்

உடலைக் கழற்றி வைக்கும் முறை
உடல் ஆத்மாவை மறந்த நினைவற்ற நிலை
ஒரு சர்வரோக நிவாரணி
ஒரு மௌனக்கடல்
ஒரு தவம்
மௌனங்களைப் பருகி நிலைகொள்ளல்
ஆத்மாவின் குரலைத் தேடுதல்
ஆத்மாவின் வீட்டைத் தேடிச் செல்லும் பாதை
வேறொரு உலகின் பாதையைக் கண்டெடுக்கும் கண்
தூக்கம் ஒரு மாபெரும் விடுதலை

காலநதியில் நீந்துதல்

உள்ளேயே இருப்பதாய்
வெளியே வருகிறேன்
வெளியேயே இருப்பதாய்
உள்ளே செல்கிறேன்
மேலேயே இருப்பதாய்க் கீழே விழுகிறேன்
கீழேயே இருப்பதாய் மேலே எழும்புகிறேன்
மிக அருகில் இருப்பதாய்
தூரம் செல்கிறேன்
தூரத்தில் இருப்பதாய்
அருகில் திரும்புகிறேன்
நிலையாய் இருக்கிறேனென
அசைந்துகொண்டே இருக்கிறேன்
அசைந்துகொண்டே இருக்கிறேனென
நிலையாய் இருக்கிறேன்
எதுவும் முடியாது என்றறிந்தபோதுதான்
கிளையிலிருந்து உதிர்ந்து
அந்தரத்தில் மிதந்து தவழும்
சிறு சருகென மிதக்க ஒப்புக்கொண்டேன்

சுழியம் நோக்கி

எல்லாவற்றையும் தூக்கிப்போட்டு உடைப்பதற்காகத்தான்
எல்லாவற்றையும்
இவ்வளவு உயரமும் தூரமும்
தூக்கிச் சுமக்க வேண்டியிருக்கிறது
எல்லாவற்றையும் தூக்கிப் போடுவதற்காகத்தான்
ஒவ்வொன்றையும் உடைத்துப் பார்க்க வேண்டியிருக்கிறது
ஒவ்வொன்றையும்
உடைத்துத் தூக்கிப்போட்ட பின்னும்
சுமை தாளவில்லை
பிறகுதான்
என்னைத் தூக்கிப்போட
என்னையே உடைக்க வேண்டியிருந்தது

பேரமைதியிலிருந்து பெருஞ்சத்தத்திற்கு

என் தலைமேல் சரளைக் கற்களைக் கொட்டு
தேகத்தின் அருகில் நெருப்பைக் கக்கு
நான் நடந்து செல்லும் பாதைகளில் முட்களை வீசு
பேசுகிறபொழுது
என் அடிவயிற்றில் கத்தியைச் செருகு
பீன்ஸ் காயின் தோலை உரித்து அரிவதாய்
என் நகம் உரித்து விரல்களை அரி
வெந்நீரில் இட்டு வேகவைத்து
உருளைக்கிழங்கின் தோல் உரிப்பதாய்
என்னை உரித்துப்போடு
மரத்தின் கிளைகளை வெட்டுவதாய்
கை கால்களை வெட்டு
பெரிய கதவுகளுக்கு அரியப்படும்
மரத்தின் தண்டாய் என் மார்பை அரி
பஞ்சாய் வெடித்துச் சிதற
என் இதயத்தின் உள் வெடியை வை
எல்லாவற்றையும் தூக்கிச்
சுழற்றிக் களைத்துப்போடும் சூறாவளியாய்
வா வந்தென் வாழ்வைச் சர்வ நாசமாக்கு

இருக்கும் நிலை

அவர்கள் என்மேல் மூத்திரம் பெய்கின்றனர்
இவர்கள் என்மேல் மலம் கழிக்கின்றனர்
நானும் என்மேல் மூத்திரம் மலம் கழித்துக்கொள்கின்றேன்
பேருந்து நிலையத்தில் முறையாகக்
கழுவப்படாத கழிவறையென
என் உடலும் மனமும் இருக்கின்றன
அதன் நறுமணம் என்மேல் பரவுகிறது
பிசுபிசுப்பு என்மேல் தவழுகிறது
காற்றோட்டம் இல்லாமல் புழுங்குகின்றேன்
என்னைக் கழுவ வேண்டும்
என்மேல் நறுமணத் திரவியம் தெளிக்க வேண்டும்
பின்தான் என்னால்
இயல்பாக மூச்சிழுத்துவிட முடியும்

உன் கவனம் தரும் இன்பம்

வேறொன்றுமில்லை
நீ
பார்க்க வேண்டும்
என்பதற்காகத்தான் அழுகிறேன்
அருகில் நின்று தேற்ற வேண்டும்
என்பதற்காகத்தான் அழுகிறேன்
உன் கரங்களால்
என் கண்ணீரைத் தாங்க வேண்டும்
என்பதற்காகத்தான் அழுது விம்முகிறேன்
உன்னிருதயத்தின் கதவுகள் உடைபட வேண்டும்
என்பதற்காகத்தான் அழுகிறேன்
என்னைத் தேடி வந்து நீயும்
அழுதுவிடமாட்டாயா என்பதற்காகத்தான்
மேலும் மேலும் அழு அழுவென அழுது
மகிழ்ந்து கொண்டிருக்கிறேன்

புறப்படுவோம்

எங்கே இருக்கிறாய்
நான் சோர்ந்துவிட்டேன் என்று நினைக்கிறாயா
உன்னைத் தேடுவதை நிறுத்திவிடவா
அங்கேயே இருந்துகொள்கிறாயா
நான் இங்கேயே இருந்துவிடவா
இடையில் வழி மாறியிருப்பேன்
வழியை மறந்திருப்பேன் என்று நினைக்கிறாயா
அல்லது யாரோ ஒருவரின் உடலின்மேல்
மையல் கொண்டிருப்பேனென ஐயமா
யாரோ ஒருவர் போகிற போக்கில்
வைத்த பொறியில் சிக்கியிருப்பேனென நம்புகிறாயா
எது பற்றிய ஐயமும் வேண்டாம்
இவ்வளவு காலம் பொறுத்திருந்துவிட்டாய்
இன்னும் சில காலம் பொறுத்திரு
மிக நீண்ட தூரத்தில்தான் இருக்கிறேன்
நிறைய காயங்களோடும்
வலிகளோடும் வந்துகொண்டிருக்கிறேன்
நீயும் வந்துகொண்டிருக்கிறாய்
வந்ததும் அணைத்து ஒருவருக்கொருவர் மருந்திடுவோம்
பின் கண்ணீர் சிந்துவோம்

அப்பாவின் முத்தம்

தந்தையே
உன் மகன் தரையில் வீழ்ந்து
குருதி சிந்தும் காலம் தொடங்கிவிட்டது
அவன் தனியாக
ஓட வேண்டிய பாதைகள் நிறைய இருக்கின்றன
அவன் நிறைய ஏமாற்றங்களைச் சந்திக்கிறபொழுது
அவன் கண்ணீரை அவனே
துடைத்துக்கொள்ள வேண்டியுள்ளது
எல்லா முடிவுகளையும் அவனே
மிகவும் தயக்கத்துடன் எடுக்க வேண்டியுள்ளது
அவன் தனியே எல்லாவற்றோடும் போராடுகிறான்
நமக்கிடையே இவ்வளவு தூரம் வேண்டும்தானா
உங்களைத் தேடி அருகில் வந்துவிடுகிறேன்
வழக்கம்போல் என் கன்னம் பற்றி நடுநெற்றியில்
ஒரு முத்தம் கொடுங்கள்
புஜங்களிலும் மார்பிலும் பலமில்லை

நன்றியறிதல்

ஓரே ஒரு முறையேனும்
நீங்கள் நடந்து திரிந்த நிலத்தில்
ஒரு வேர்க்கடலைச் செடியாக முளைத்துக்
கை நிறைய காய்கள் தரக் காய்த்து விடுவேன்
நட்டு வைத்த
தென்னையில் ஒரு குலையாகக் காய்ப்பேன்
வாழைமரத்தில் ஒரு குலையாகத் தொங்குவேன்
ஒரு நெல்மணியில் தொங்கும்
கதிராகக் காய்த்துச் சாய்வேன்
வரப்பெங்கும் படரும் அருகம்புல்லாய் முளைத்து நிற்பேன்
நீங்கள் வளர்த்த பசுவின் மடியில்
தானாய்ப் பால் சொரிவேன்
வழக்கமாய் அப்பாவிற்கு
ஒரு முத்தம் கொடுவெனக் கேட்பீர்கள்
இப்பொழுது நான் கேட்கிறேன்
என்னை முத்தமிட்டு
அணைத்துக்கொள்ளுங்கள்
உங்களைச் சந்திக்க ஒரு வாய்ப்பு மட்டும் கொடுங்கள்
அதற்கடுத்து திரும்பி வந்துவிடுகிறேன்

நவகண்டம்

என்னை யாருமே நம்புவதில்லை
நான் பேசும் பொருளைக் கேட்டுப்
பின்வரவும் தயாராக இல்லை
என்னைப் பேசவும் விடுவதில்லை
திசையைக்காட்டி அடையாளம் காட்டும் சாலையின்
முடிவில் உள்ளன பற்றிக் கனவுகளும் காண்பதில்லை
நான் நடக்கும் பாதையின்
பின்னே வருவதற்கும் தயாராக இல்லை
வெளிச்சமற்றிருக்கும் அவர்களுக்குச்
சிறுகச் சிறுகச் சேர்த்து வைத்த
என்னிடமிருக்கும் கையளவு
வெளிச்சத்தைக் கொடுக்கிறேன்
இச்சிறு வெளிச்சத்தை வைத்து என்ன செய்வதென்கின்றனர்
பிறகுதான் முழுவதுமாக என்னை
எரித்துப் பலியிட ஒப்புக்கொண்டேன்

முதலும் முடிவும் முடிவும் முதலும்

கடைசியாக ஒரு முறை சந்தித்துக்கொள்கிறேன்
கடைசியாக ஒரு முறை
கேள்வி கேட்டுக்கொள்கிறேன்
பதில் அளித்துக்கொள்கிறேன்
கடைசியாக ஒரு முறை
காத்திருந்துகொள்கிறேன்
கடைசியாக ஒரு முறை
மன்னிப்பு கேட்டுக்கொள்கிறேன்
கடைசியாக ஒரு முறை
நன்றி சொல்லிக்கொள்கிறேன்
கடைசியாக ஒரு முறை
தேநீர் அருந்திக்கொள்கிறேன்
கடைசியாக ஒரு முறை எழுந்து
நான் வந்த என் வழி திரும்பிக்கொண்டு
என் பழைய பாதைக்குச் சென்று
புதிய பயணங்களைத் தொடங்கிக்கொள்கிறேன்

சரணாகதி

ஏதோ ஒன்றை மட்டும் பற்றிக்கொள்ளும் முயற்சியில்
ஒரு மரம் எல்லா இலைகளையும் கைவிடுவதென
எல்லாவற்றையும் கைவிடுவதற்காகத்தான்
எல்லா காற்றுக்கும் அசைந்து கொடுத்தேன்
எல்லாவற்றையும் கைவிடவே
அவ்வளவு நேரம் காத்திருந்தேன்
அவ்வளவு தூரம் உரையாடி வந்தேன்
அவ்வளவு தூரம் உடன் நடந்தேன்
அவ்வளவு வேடங்களையும் பூடினேன்
அவ்வளவு உண்மைகள் பொய்கள் பேசினேன்
அவ்வளவு துணிச்சலாகப் போரிட்டேன்
அவ்வளவு அபத்தங்களையும் செய்து பார்த்தேன்
அருகில் வருபவர்களுக்கு
நிர்வாணமாகியும் நின்றேன்
இப்பொழுது எல்லாம் உதிரத் தொடங்குகின்றன
எக்காற்றுக்கும்
அசைந்து கொடுக்க இப்பொழுது
என்னிடம் எதுவுமில்லை
இந்தக் கிளைகளைத் தவிர

மரணமிலாப் பெருவாழ்வு

உலகில்
இதுவரை யாரும் அடையாத
துன்பத்தை அடைய வேண்டும்
யாரும் உணராத வலியை உணர வேண்டும்
யாரும் பெறாத இழப்பைப் பெற வேண்டும்
யாருமே விழாத உயரத்திலிருந்து விழ வேண்டும்
யாருமே தாங்காத சுமையைச் சுமக்க வேண்டும்
யாருமே சிந்தாத கண்ணீரைச் சிந்த வேண்டும்
எல்லோரும் ஒதுக்கியதை நானெடுத்துக்கொள்ள வேண்டும்
வாழும் உயிர்களின் துன்பம் யாவும் நானேற்க வேண்டும்
பால்வெளியின் எடை யாவும்
என் நெஞ்சில் தாங்க வேண்டும்
வாழ்வே இவ்வாழ்வளித்து எனை நீடூழி வாழவைப்பாயாக

சொற்றுணை

இந்தச் சொல்தான் நான் என் நிழல்
இந்தச் சொல்தான் என் நம்பிக்கை என் அஸ்திரம்
இந்தச் சொல்தான் என் கடந்த காலம் என் ஞாபகங்கள்
இந்தச் சொல்தான் என் உலகம் என் கனவு
இந்தச் சொல்தான் என் பாதை என் ஊர்தி
இந்தச் சொல்தான் என் கேள்வி என் பதில்
இந்தச் சொல்தான் என் உயிர் என் தேகம்
இந்தச் சொல்தான் என் தவம்
இந்தச் சொல்தான் என் வரம் என் சாபம்
இந்தச் சொல்லே என் அழியாத் துணை

விழுப்புரம் மாவட்டம், செஞ்சியை அடுத்த மேல்மலையனூர் பகுதியைச் சேர்ந்தவர் இரா. இராகுலன். 05.06.1995ஆம் ஆண்டு பிறந்து பள்ளி, கல்லூரிக் கல்வியை அரசு நிறுவனங்களில் பயின்றவர். பள்ளிக் காலங்களில் தனித்தமிழின் மீது கொண்ட பற்றால் தமிழைப் பட்டப் படிப்பாகத் தேர்ந்துகொண்டவர். 'கடவுளின் கடவுள்' (2015), 'பாதியில் நிறுத்தப்பட்ட ஓவியம்' (2018) ஆகிய கவிதைத் தொகுப்புகளை எழுதியவர். சென்னைப் பல்கலைக்கழகத்தில் 'தமிழ் மொழிபெயர்ப்பியல்: திசை எட்டும் இதழின் பங்களிப்புகள்' (2021) என்னும் தலைப்பில் ஆய்வியல் நிறைஞர் படிப்பை முடித்து தற்பொழுது புதுவைப் பல்கலைக்கழகத்தில் முனைவர் பட்ட ஆய்வை மேற்கொண்டு வருகிறார்.

தொடர்புக்கு
எண். 3/149, பிள்ளையார் கோயில் தெரு
மேல்மலையனூர் அஞ்சல் & வட்டம்
விழுப்புரம் – 604 204
அலைபேசி – 95856 00235
மின்னஞ்சல் – rlragulan@gmail.com